AF658705

INSIGHT PUBLICA ®

INSIGHT PUBLICA
Nadakkave, Kozhikode, Kerala
www.insightpublica.com
e-mail: insightpublica@gmail.com
Penrashtreeyathinte Parisaram
(Malayalam)
Dr. Jansy Jose
First Edition: September 2016
This Edition: Ooctober 2021

ISBN 978-93-85899-51-5

പെൺരാഷ്ട്രീയത്തിന്റെ പരിസരം

ഡോ. ജാൻസി ജോസ്

INSIGHT PUBLICA ®

കോഴിക്കോട് ജില്ലയിലെ കൂടരഞ്ഞിയിൽ ജനനം. മലയാളത്തിൽ ഡോക്ടറേറ്റ് നേടിയിട്ടുണ്ട്. മലയാളം അധ്യാപികയായി ജോലി ചെയ്തിട്ടുണ്ട്. സാമൂഹ്യപ്രവർത്തകയാണ്. ഇപ്പോൾ സംഘടിത മാസികയുടെ എക്സിക്യൂട്ടീവ് എഡിറ്ററായി പ്രവർത്തിക്കുന്നു.

ഭർത്താവ് -സുദർശനൻ, മക്കൾ- ആകാശ്, നിള.

ഡോ. ജാൻസി ജോസ്

ആമുഖം

പറയേണ്ടത് ഉറക്കെ പറയുക എന്നത് ഒരു വ്യക്തിയുടെ കർത്തവ്യമാണ് എന്ന വിശ്വാസത്തിൽ നിന്നാണ് ഞാൻ എന്റെ കുറിപ്പുകൾ പുസ്കതരൂപത്തിലാക്കുന്നത്. അന്വേഷി ന്യൂസ് ലൈറ്റർ, സംഘടിത മാസിക, എന്നീ പ്രസിദ്ധീകരണങ്ങളിൽ വന്ന (വാസ്തവം എന്ന കോളം) കുറിപ്പുകളാണ് 'പെൺരാഷ്ട്രീയത്തിന്റെ പരിസരം' എന്ന ഈ പുസ്തകം. സ്ത്രീ പ്രശ്നങ്ങളിൽ ഇടപെടുകയും രാഷ്ട്രീയ പ്രശ്നങ്ങൾ പഠിക്കുകയും ചെയ്തതിന്റെ ഫലമായാണ് എനിക്ക് പെൺരാഷ്ട്രീയ പരിസരങ്ങളെ അടയാളപ്പെടുത്താൻ കഴിഞ്ഞത്. എന്റെ കാഴ്ചപ്പാടിനും ഭാഷയ്ക്കും ശക്തിതന്നവരും എഴുത്തിനെ പ്രോത്സാഹിപ്പിച്ചവരും എന്റെ വളർച്ചയിൽ സന്തോഷിച്ചവരുമായ ധാരാളം ആളുകൾ ഈ പുസ്തകത്തിന്റെ പിന്നിലുണ്ട്. ഏല്ലാവരോടും സന്തോഷം അറിയിക്കുന്നതോടൊപ്പം എന്നെ സഹായിച്ച എം. എൻ കാരശ്ശേരി മാഷ്, കെ. അജിത, അന്വേഷി പ്രവർത്തകർ, എന്റെ കുടുംബാംഗങ്ങൾ, സുഹൃത്തുക്കൾ, ഇൻസൈറ്റ് പബ്ലിക്ക എന്നിവർക്കും നന്ദി പ്രകാശിപ്പിക്കുന്നു. എന്നെ പ്രോത്സാഹിപ്പിക്കുന്ന വായനക്കാർക്കായി ഈ പുസ്തകം സമർപ്പിക്കുന്നു.

ഡോ. ജാൻസി ജോസ്

ഉള്ളടക്കം

അവതാരിക

പെൺരാഷ്ട്രീയത്തിന്റെ പരിസരം

മാനഭംഗം എന്ന പ്രയോഗം ശരിയല്ല. പുരുഷൻ സ്ത്രീയെ ബലമായി പ്രാപിച്ചു എന്ന അർത്ഥത്തിലാണിത്. അന്യായം കാണിച്ചവന്റെ മാനമല്ല, ഇരയായവളുടെ മാനമാണ് ഭംഗപ്പെട്ടത് എന്നാണതിന്റെ താല്പര്യം. സ്ത്രീയുടെ മാനം ഇരിക്കുന്നത് ദേഹത്തിന്റെ സ്വകാര്യഭാഗങ്ങളിലാണ് എന്ന സങ്കല്പത്തിൽ നിന്നാണ്, സ്ത്രീ ശരീരം മാത്രമാണ് എന്ന ധാരണയിൽ നിന്നാണ് അതുണ്ടാവുന്നത്. അത് സത്രീവിരുദ്ധമാണ്.

ബലാൽ പ്രാപിക്കുന്നവന്റെ മാനമാണ് പോകുന്നത്, പോകേണ്ടത്. കഷ്ടം, മലയാളിയുടെ ബോധത്തിൽ ഈ ക്രൂരകൃത്യം ചെയ്ത വകയിൽ പുരുഷന്റെ മാനത്തിന് യാതൊരു ഇടിച്ചിലും പറ്റുന്നില്ല.

പിന്നെ എന്തു പറയണം?

'ബലാത്സംഗം' എന്നോ 'പീഡനം' എന്നോ 'ബലാൽക്കാരം' എന്നോ പറയണം.

അപ്പോൾ ഇതിന് ഇരയായവളുടെ മാനം പോകുന്നില്ല എന്നാണോ?

അതെ. അവളുടെ മാനത്തിന് അതുകൊണ്ട് ഒരു കേടും പറ്റുകയില്ല. മാനം എന്നത് ശാരീരികാവസ്ഥയല്ല, മാനസികാവസ്ഥയാണ്. ബലവാനായ ഒരാൾ ശാരീരികമായി കീഴ്പ്പെടുത്തി വല്ലതും ചെയ്താൽ സ്ത്രീയുടെ മാനം നഷ്ടപ്പെടും എന്ന് സങ്കല്പിക്കുന്നത് മനുഷ്യത്വമില്ലായ്മയാണ്. ഈ സങ്കല്പം സൃഷ്ടിക്കുന്ന മന:പ്രയാസം താങ്ങാൻ പറ്റാതെയാണ് ഇര പലപ്പോഴും ആത്മഹത്യ ചെയ്യുന്നത്. ആ ആത്മനശീകരണത്തിന് സമാധാനം പറയേണ്ടത് സമൂഹമാണ്. ഭാഷാപ്രയോഗങ്ങളാണ് അത്തരം ബോധം സൃഷ്ടിക്കുന്നത്. പല കമിതാക്കളും തീർന്നുകളയുന്നത് അവരുടെ ബന്ധം അംഗീകരിക്കാൻ തയ്യാറല്ലാത്ത

സമൂഹത്തെ നേരിടാൻ പ്രാപ്തിയില്ലാത്തതുകൊണ്ടാണ്. അത് കൊലപാതകമാണ്.

ഇത്തരം തിരിച്ചറിവുകൾ നമ്മുടെ സമൂഹത്തിന് ഇല്ലാതെ പോകുന്നത് യഥാർത്ഥമായ നീതി ബോധം ഇല്ലാത്തതുകൊണ്ടാണ്. ലിംഗനീതി സ്ത്രീ-പുരുഷ സമത്വത്തിലൂടെ മാത്രമേ സ്ഥാപിതമാവൂ. ആണിനും പെണ്ണിനും തുല്യത ഉറപ്പാക്കുന്ന രാഷ്ട്രവും സമൂഹവും യാഥാർത്ഥ്യമാക്കുവാനുള്ള പരിശ്രമത്തെയാണ് പെൺരാഷ്ട്രീയം എന്നു പറയുന്നത്.

അത് കുടുംബവ്യവസ്ഥ പിളർക്കാനോ, വിവാഹമോചനം പ്രോത്സാഹിപ്പിക്കാനോ, ലൈംഗീകമായ അരാജകത്വം പ്രചരിപ്പിക്കാനോ ഉള്ള പദ്ധതിയല്ല; പകരം വീട്ടിലും റോട്ടിലും നാട്ടിലും, സ്ത്രീ ഇന്നനുഭവിക്കുന്ന നാനാവിധമായ അടിമത്തത്തിൽ നിന്ന് അവളെ മോചിപ്പിക്കാനുള്ള പരിശ്രമമാണ്, നമ്മുടെ ജനാധിപത്യത്തെ ലിംഗനീതിയിലേയ്ക്ക് നയിക്കുന്ന രാഷ്ട്രീയപ്രവർത്തനം. സമത്വം പുലരുന്ന ഒരു സമൂഹത്തിന് മാത്രമേ ജനാധിപത്യവും മതേതരത്വവും സാക്ഷാത്കരിക്കാൻ കഴിയൂ.

ആ വഴിക്ക് വളരെ പ്രധാനപ്പെട്ട രാഷ്ട്രീയപ്രശ്നങ്ങൾ ഉന്നയിക്കുന്ന ഈ പുസ്തകം ആകൃതികൊണ്ട് ചെറുതെങ്കിലും പ്രകൃതി കൊണ്ട് വലുതാണ്. ചെറിയ കുറിപ്പുകളിലൂടെ കേരളത്തിലെ വർത്തമാനകാലജീർണതകളാണ് ഡോ. ജാൻസി ജോസ് അപഗ്രഥിക്കുന്നത്. ദീർഘകാലമായി കോഴിക്കോട്ട് അജിതയുടെ സഹപ്രവർത്തകയും 'അന്വേഷി'യുടെ നേതാക്കളിലൊരാളും 'സംഘടിത' യുടെ നടത്തിപ്പുകാരിലൊരാളുമായി ജീവിക്കുന്ന ഗ്രന്ഥകാരിയുടെ കണ്ണിൽ പ്രധാനമായി വരുന്നത് സ്ത്രീപ്രശ്നങ്ങളാണ് എന്നത് സ്വാഭാവികം.

മതത്തിന്റെയും രാഷ്ട്രീയത്തിന്റെയും സമൂഹത്തിന്റെയും വകയിൽ പല നാടുകളിൽ സ്ത്രീകൾ നേരിടുന്ന വിവേചനങ്ങളിൽ പലതും ഇവിടെ പ്രത്യക്ഷപ്പെടുന്നുണ്ട്- പ്രതിഷേധം ചിലപ്പോൾ ആക്ഷേപഹാസ്യശൈലി സ്വീകരിക്കുന്നു.

ലൈംഗികത ഇവിടെ ചർച്ചാപ്രമേയമാക്കുന്നുണ്ട്. ലൈംഗികത ഒരു സാധാരണ തൊഴിലാണ് എന്ന വാദത്തെ ഗ്രന്ഥകാരി നിശിതമായി വിമർശിക്കുന്നു – അത് സ്ത്രീയെ ശരീരം മാത്രമായി, ഉപഭോഗവസ്തു മാത്രമായി കാണുന്നു. സ്വന്തം ഭർത്താവോ കാമുകനോ സുഹൃത്തോ പോലും അവളുടെ ഇച്ഛയ്ക്ക് വിരുദ്ധമായി അവളെ സ്പർശിച്ചുകൂടാ. അതേ പോലെ സ്വയം വില്പനച്ചരക്ക് ആകുന്നത് സ്ത്രീത്വത്തെ നിന്ദിക്കലാണ്.

രാഷ്ട്രീയനിയമങ്ങളെയും മതനിയമങ്ങളെയും വിശകലനം ചെയ്യുന്ന കുറിപ്പുകൾ ഇവിടെ പലതുണ്ട്. ജനസംഖ്യയിൽ പകുതിയിലേറെ സ്ത്രീകളുള്ള കേരളത്തിലെ പോലീസ് സേനയിൽ അവരുടെ സാന്നിധ്യം നാമമാത്രമാണ് എന്ന വസ്തുത ആലോചിച്ചാൽ വിവേചനത്തിന്റെ ആഴം മനസ്സിലാക്കാം. വാദിയായോ പ്രതിയായോ പോലീസ് സ്റ്റേഷനിൽ എത്തിപ്പെടുന്ന സ്ത്രീകളുടെ ഗതി എന്താണ്? കുറ്റവാളികളെക്കാൾ മോശമായി പോലീസ് അവരോട് പെരുമാറുന്നതിന് എന്താണ് വിശദീകരണം?

ഈ കുറിപ്പുകൾ ഉത്സാഹിക്കുന്നത് ഉത്തരം പറയാനല്ല, ചോദ്യം ചോദിക്കാനാണ്. അവയിൽ പലതും നമ്മുടെ ജനാധിപത്യത്തെ മുന്നോട്ടു കൊണ്ടുപോകാൻ സഹായിച്ചേക്കും.

കേരളത്തിൽ ഇനിയും വേണ്ടത്ര വളർച്ച പ്രാപിച്ചിട്ടില്ലാത്ത പെൺരാഷ്ട്രീയത്തിന്റെ വിവിധ മാനങ്ങളെപ്പറ്റി ചിന്തകൾ ഉയർത്തുവാൻ ഈ പുസ്തകം പ്രചോദനമാവും എന്ന് എനിക്ക് പ്രതീക്ഷയുണ്ട്. ധാരാളം ചർച്ചയും തർക്കവും എതിർപ്പും ആശംസിച്ചുകൊണ്ട് എന്റെ നാട്ടുകാരിയും സ്നേഹിതയുമായ ജാൻസിയുടെ ആദ്യത്തെ പുസ്തകം ഞാൻ സന്തോഷത്തോടെ അവതരിപ്പിക്കുന്നു.

എം. എൻ കാരശ്ശേരി

അമ്പാടി
കാരശ്ശേരി

നാല്ക്കാലിക്ക് പോലും രക്ഷയില്ല!

ഈജിപ്തിൽ നാല്പത്തിമൂന്ന് വർഷം ആൺവേഷം കെട്ടി ഒരു അമ്മയ്ക്ക് മക്കളെ പോറ്റേണ്ടി വന്നു. ആ അമ്മയ്ക്ക് ഗവൺമെന്റ് പുരസ്ക്കാരവും കൊടുത്തു. നമ്മുടെ നാട്ടിലാണെങ്കിൽ! ആൺപെൺ വേഷങ്ങൾക്കൊന്നും ഇവിടെ പിടിച്ചുനില്ക്കാനാവില്ല. നാൽക്കാലികളെപോലും വെറുതെവിടാത്ത നാടല്ലേ ഇത്. വല്ല പുലിയുടെയും വേഷം കെട്ടിയാൽ വനംവകുപ്പിനെ മാത്രം പേടിച്ചാൽ മതിയല്ലോ. നാടുനന്നാക്കാൻ ഇറങ്ങുന്നവരും നാടുകാക്കാനിറങ്ങുന്നവരും ഒരുപോലെ പെണ്ണിനെ ഭുജിക്കുന്നതാണ് ഇവിടെ കാണുന്നത്. പട്ടാള ക്കാരൻ ട്രെയിനിൽവെച്ച് മദ്യം നല്കി പെൺകുട്ടിയെ പീഡിപ്പിക്കുന്നു. തോറ്റവർ ജയിച്ചവരുടെ പെൺകുട്ടിയെ കൂട്ടമായി ബലാത്സംഗം ചെയ്യുന്നു (വാരണാസി) ഇവിടെയാരും തോൽക്കാൻ പാടില്ലെന്നോ ജയിക്കാൻപാടില്ലെന്നോ വരുമോ? അതോ പെൺകുട്ടികളുള്ള അച്ഛൻമാർ മത്സരിക്കാൻ പാടില്ല എന്നുവരുമോ? ഇത്തരം നാല്ക്കാലികളെ മുക്കാ ലിയിൽ കെട്ടിയടിച്ചിട്ട് വേണം ശിക്ഷ തീരുമാനിക്കാൻ. കറുത്ത നാടോ ടിക്ക് വെളുത്ത കുട്ടിയുണ്ടാകില്ലെന്ന വിശ്വാസമല്ലേ നമുക്കുള്ളത്*. അങ്ങനെയുണ്ടാകുന്നെങ്കിൽ കാരണക്കാർ നമ്മളാണെന്ന വിശ്വാസ വും നമുക്കുണ്ടാകണം.

അടിസ്ഥാനവർഗ്ഗത്തിന്റെ അടിസ്ഥാന ആവശ്യങ്ങൾ നിവർത്തി ക്കാതെ സർക്കാർ ശമ്പളവും എം.പിമാരുടെ ശമ്പളവും കൂട്ടുന്ന ഗവൺമെന്റ് ജനങ്ങളുടെ ഗവൺമെന്റല്ല. രാഷ്ട്രീയ പാർട്ടികൾ വയസ്സന്മാർ കയ്യടക്കി വെക്കുന്നു എന്ന പരാതിക്ക് പകുതി ആശ്വാസമു ണ്ടാകുന്നു. പ്ലീനത്തിൽ യുവാക്കൾക്ക് കൂടുതൽ പ്രാതിനിധ്യത്തിന് തീരുമാനം വന്നിരിക്കുന്നു. മണ്ടയില്ലാത്ത ചെറുപ്പക്കാരും ചിന്തയില്ലാത്ത വയസ്സന്മാരും ഒരുപോലെയാണ്. അവർ രണ്ടുകൂട്ടരും താഴെയിറങ്ങട്ടെ.

ചുറുചുറുക്കും ജനസേവനം ചെയ്യുന്നവരുമായ വയസ്സന്മാരും ചെറുപ്പക്കാരും പാർട്ടിയെ നയിക്കട്ടെ. അതവിടെ നില്ക്കട്ടെ! ഉയർന്ന പദവി കിട്ടുന്ന പൗരന്മാരാക്കാൻ കുട്ടികളെ പരിശീലിപ്പിക്കുന്നതിനിടെ രാജസ്ഥാനിലെ കോട്ട ജില്ലയിൽ 30 വിദ്യാർത്ഥികൾ ആത്മഹത്യ ചെയ്തു. കൗമാരക്കാരുടെ സ്വപ്നങ്ങൾ ഹനിച്ച് പ്രായോഗിക ജീവിതത്തിന്റെ ഭാണ്ഡക്കെട്ട് തലയിൽവെച്ചുകൊടുത്തതുകൊണ്ടാണ് അവരങ്ങനെ ചെയ്തത്. എന്തായാലും ഒന്നുറപ്പാണ്. പഠിപ്പിച്ചാൽ വിദ്യാർത്ഥികൾ; പഠിച്ചില്ലെങ്കിൽ മാതാപിതാക്കൾ. ഇവരിലാരെങ്കിലും സ്വയം ഹനിക്കുന്ന കാലമാണിത്. മതവിശ്വാസികളെയും ഭാരിച്ച ശമ്പളം വാങ്ങുന്നവരെയും മാത്രം (ശമ്പളവും വാങ്ങി വാലും പൊക്കി തേരാപാരാ നടക്കുന്നതു കാണുമ്പോൾ നാണം തോന്നുന്നു.) നിർമ്മിച്ചെടുക്കാതെ മക്കളെ മനുഷ്യരാക്കാനുള്ള ഒരു പള്ളിക്കൂടം തുടങ്ങാൻ ഗവൺമെന്റ് തയ്യാറാകണം. കഴിഞ്ഞകാലത്തിൽ നിന്നും അടുത്തകാലത്തിലേക്ക് പോകുമ്പോൾ ജാഗ്രതൈ ജാഗ്രതൈ!

* കറുത്ത നാടോടിയുടെ കയ്യിൽ വെളുത്ത കുട്ടിയെ കണ്ടു എന്നതിന്റെ പേരിൽ നാട്ടുകാർ സ്ത്രീയെ ഭേദ്യം ചെയ്യുകയുണ്ടായി. കുട്ടി അവരുടേതല്ല എന്നു പറഞ്ഞുകൊണ്ടാണ് പ്രശ്നമുണ്ടാക്കിയത്.

2016 ജനുവരി

പെണ്ണ് മനസ്സ് തുറന്നാൽ!

കേരളത്തിന് ചിരിയുടെ മാലപ്പടക്കം സമ്മാനിച്ചുകൊണ്ടാണ് 2016 ജന്മം കൊണ്ടത്. ചില ചിരികൾ നാണക്കേടിന്റേയും അഭിമാനക്ഷതത്തിന്റേയും ആകാറുണ്ട് എന്നതും ഓർമ്മയിലുണ്ടാവേണ്ടതാണ്. പെണ്ണു മനസ്സുതുറന്നാൽ തീരാവുന്നതേയുള്ളൂ നമ്മുടെ നാണംകെട്ട പദവികൾ എന്നത് നാം മനസ്സിലാക്കിക്കഴിഞ്ഞു.

മനസ്സുതുറക്കാനുള്ള പെണ്ണുങ്ങളെല്ലാം മനസ്സു തുറന്നാൽ നാടിന്റെ സ്ഥിതി എന്താവും എന്നാണ് എന്റെ ആശങ്ക! പെണ്ണിന്റെ കഴിവുകേടിനെക്കുറിച്ച് പറഞ്ഞ കാന്തപുരം മുസ്‌ലിയാർവരെ ഒരുപക്ഷേ നമ്മുടെ സരിതയെ നമിച്ചേക്കും! എന്തായാലും നമ്മുടെ നാലരക്കോടിയിലധികം രൂപ ചികിത്സാ ചെലവിനായി മുടിച്ച നിയമസഭാസാമാജികർക്ക് ഈ രോഗത്തിന് (രോഗം വേറെയാണ്) ചികിത്സിക്കാൻ ഫണ്ടെവിടെ? ഒരുപക്ഷേ, ഈ രോഗത്തിന്റെ പേരു കണ്ടുപിടിക്കാൻ തന്നെ പരീക്ഷണങ്ങൾ ഏറെ വേണ്ടി വന്നേക്കും. (ചികിത്സയില്ലാത്ത രോഗങ്ങളും ഉണ്ടെന്നറിയാം.) ഞങ്ങളുടെ പിച്ചച്ചട്ടിയിൽ കയ്യിട്ടുവാരണ്ട; ഉള്ളത് മുഴുവനായും തന്നേക്കാം നിങ്ങളുടെയൊക്കെ ഈ രോഗം മാറിക്കിട്ടുമെങ്കിൽ. കയർവികസനത്തിന് മന്ത്രിയും സെക്രട്ടറിയും വിദേശരാജ്യങ്ങൾ കയറിയിറങ്ങി കോടികൾ നശിപ്പിച്ചത് കാണാതെ പോകുന്നത് ശരിയല്ല. പ്രധാനമന്ത്രിയെ വെട്ടിക്കുന്ന പര്യടനത്തിന് സാമാജികർക്ക് ഒരു പത്മശ്രീ കൊടുത്തുകൂടെ? (ആദ്യമായി പട്ടിണി കിടന്ന ജോസ് കെ. മാണിക്കും ഒരു പത്മശ്രീ കൊടുത്താൽ നന്നായിരുന്നു.) കാലിസമ്പത്ത് നഷ്ടപ്പെടുന്നതോർത്ത് ദുഃഖിക്കുന്ന കുമ്മനം രാജശേഖരന്റെ മുൻകൂർ ജാമ്യം കണ്ടില്ലെന്നു നടിക്കാനാവുന്നില്ല. വേണ്ടപ്പോൾ ബീഫ് തിന്നാനുള്ള അടവൊന്നുമായിരിക്കില്ല ഇത് എന്ന് വിശ്വസിക്കാം. ഒരു കാര്യമേ ചെയ്യാനുള്ളൂ, സർക്കാർവക സംവിധാനം ഇതിന് ഒരുക്കേണ്ടതുണ്ട്. കാലികൾ വർദ്ധിച്ചാൽ നായ്ക്കൾ വർദ്ധി

ക്കുന്നത് പോലാവില്ല എന്നറിയാം. നായ കടിച്ചാൽ 5000 രൂപ നഷ്ട പരിഹാരമുണ്ട്.

ആർത്തവസമയത്ത് സ്ത്രീകളുടെ ആരോഗ്യകാര്യം ശ്രദ്ധിക്കാൻ എത്രയെത്ര ആളുകളുണ്ട് എന്നതിൽ അഭിമാനം തോന്നുകയാണ്. ഏതു കൊടികെട്ടിയ ചോരവാർപ്പ് സമയത്തും കുടുംബത്തിനകത്തും പുറത്തും ബലാത്സംഗം ചെയ്യുന്ന ആളുകൾ നമ്മുടെ ഇടയിൽ ഉണ്ട് എന്ന് മറന്നുകൂടാ. എന്തായാലും നാപ്കിൻ കമ്പനിക്കാർക്കെങ്കിലും ആർത്തവസമയത്തെ സ്ത്രീയെ സ്വാഗതം ചെയ്തേ പറ്റൂ. ഈ കോലാഹലങ്ങൾക്കിടയിലും സ്ത്രീപീഡനങ്ങൾക്കൊരുപടി മുന്നിൽ നിൽക്കാൻ തന്നെ നമുക്ക് കഴിയുന്നുണ്ട്. ഹോംസ്റ്റേയ്ക്കു വന്നാലും വെറുതെവിടില്ലല്ലോ നമ്മുടെ ആളുകൾ. മെഡിക്കൽവിദ്യാർത്ഥിനികൾ* ആത്മഹത്യചെയ്ത സംഭവം കൂടുതൽ അന്വേഷണത്തിന് വിധേയമാക്കേണ്ടിയിരിക്കുന്നു.

മദ്യത്തിനും മദിരാക്ഷിക്കും സൂര്യനും സൂര്യോർജ്ജത്തിനുമൊക്കെ രാജ്യത്തിന് പുറത്തുപോവുകയും അകത്തുവരികയും ചെയ്യുന്ന മന്ത്രിമാരുള്ള നാട്ടിൽ സ്ത്രീപീഡനങ്ങൾ മുറയ്ക്കു നടക്കുന്നു എന്നത് കാണാതെ പോകരുത്.

* ചെന്നൈയിൽ എസ്.വി.എസ്. സിദ്ധ കോളേജിൽ മൂന്ന് മെഡിക്കൽ വിദ്യാർത്ഥിനികൾ ആത്മഹത്യ ചെയ്ത സംഭവം.

2016 ഫിബ്രവരി

നാടോടുമ്പോൾ നടുവേ!

ഒരു ആൻഡ്രോയ്ഡ് ഫോൺ കൈയിൽ കിട്ടിയാൽ വിശപ്പും ദാഹവും എല്ലാം നമ്മൾ മറക്കും. അതു തരുന്നവരെ നമ്മൾ നെഞ്ചിലേറ്റി നടക്കും, തീർച്ച. ഇതാ നമ്മുടെ കേന്ദ്രസർക്കാർ 250 രൂപക്ക് ഒരു ആൻഡ്രോയ്ഡ് ഫോൺ നമുക്ക് തരപ്പെടുത്താൻ പോവുന്നു.ആറ് മാസത്തെ തുടർച്ചയായ ഉപയോഗം കൊണ്ട് ക്യാൻസർപോലുള്ള മാര കരോഗങ്ങൾക്കു കാരണമാകുമെന്ന് കണ്ടെത്തി ചൈനക്കാർ ഒഴിവാക്കിയ ഫോണാണ് സാധാരണക്കാരന്റെ സ്വപ്നത്തിലേക്കിട്ടുകൊടുക്കുന്നത്. ദേശസ്നേഹം മൂത്ത് പറയേണ്ടതെന്തെന്നും ചെയ്യേണ്ടതെന്തെന്നും അറിയാതെ നെട്ടോട്ടമോടുന്ന ഒരു കൂട്ടരാണ് ഇന്ത്യയെ രക്ഷിക്കാൻ പുറപ്പെടുന്നത്. കർഷക ആത്മഹത്യകൾ ഫാഷനാണെന്ന് കണ്ടെത്തി എല്ലാ കടങ്ങളും എഴുതിത്തള്ളാൻ കഴിയില്ലെന്ന് ഇവർ പറയുകയുണ്ടായി. എല്ലാ കടങ്ങളും എഴുതിത്തള്ളിയാൽ തീർച്ചയായും ഇന്ത്യയുടെ നിലനിൽപ്പ് തന്നെ അവതാളത്തിലാകുമെന്ന് നമ്മുടെ ഭരണകർത്താക്കൾക്കറിയാം. അതുകൊണ്ടാണ് കേന്ദ്ര മന്ത്രി സ്മൃതി ഇറാനി വിദ്യാഭ്യാസലോൺ പോലും എഴുതിത്തള്ളാനാവില്ല എന്ന് തുറന്നുപറഞ്ഞത്. പക്ഷേ, അവിടേയും നന്മകാണേണ്ട ഒന്നുണ്ട്. പാവപ്പെട്ട ബിർളയ്ക്കും വിജയ്മല്ല്യക്കും രണ്ടുലക്ഷത്തി മുപ്പത്തൊന്നായിരം കോടി രൂപ എഴുതിത്തള്ളി എന്നത്; ആ ഹൃദയവിശാലതയ്ക്ക് മുന്നിൽ നാം നമിക്കേണ്ടത് തന്നെയാണ്. ഇത്തരമൊരു മഹാമനസ്ക്കതയാണല്ലോ നമ്മുടെ മഹാനടൻ മോഹൻലാലിന് ആനക്കൊമ്പ് സൂക്ഷിക്കാനുള്ള ലൈസൻസ് കൊടുത്തതും.

ആളും തരവും നോക്കി കൊന്നു തള്ളാവുന്ന ജീവികളോട് കാരുണ്യം തോന്നേണ്ട ആവശ്യമില്ലല്ലോ. ഗോവധത്തിന് വധശിക്ഷവേണമെന്ന് തൊഗാഡിയ നേതാവ് പറയുന്നതിലും കാര്യമില്ലേ? വിലപിടി

പ്പുള്ള ഒരു കൊമ്പിനു വേണ്ടി ആനയെ കൊല്ലുന്നതുപോലെയാണോ ഇറച്ചിക്കുവേണ്ടി പശുവിനെ കൊല്ലുന്നത്. മനുഷ്യനെ കൊല്ലണം എന്നു പറയുന്ന മൃഗസ്നേഹികൾ നീണാൾ വാഴട്ടെ. മനുഷ്യസ്നേഹികൾ ചുട്ടെരിക്കപ്പെടട്ടെ. ചിന്തിക്കുന്ന മനുഷ്യനെയോ വിപ്ലവബോധമുള്ള യുവത്വത്തേയോ ഇല്ലായ്മ ചെയ്ത് മുന്നോട്ടു പോകുന്ന ദേശീയത നമ്മെ എങ്ങനെ വിഴുങ്ങിക്കളയുമെന്ന് കാണേണ്ടിയിരിക്കുന്നു.

എല്ലാം നന്നായി പോകുന്ന നാടായതുകൊണ്ടാണ് മാധ്യമം-മീഡിയ വൺ ചാനൽ കുഞ്ഞാലിക്കുട്ടി സാഹിബ്ബിനെ ഏറ്റവും നല്ല മന്ത്രിയായി തെരഞ്ഞെടുത്ത് അവാർഡ് കൊടുത്തത്. നാടോടുമ്പോൾ നടുവെ ഓടുന്ന ചാനലിന് നന്ദി! ബാക്കി മന്ത്രിമാരുടെ കുഴപ്പങ്ങളുടെ പട്ടികഞങ്ങളുടെ ഓർമ്മയിലെത്തിച്ചതിനും. കോണ്ടം പെറുക്കി അവാർഡ് വാങ്ങിക്കാൻ യോഗ്യതയുള്ള ഗ്യാൻദേവ് അഹൂജ എം.എൽ.എയെപ്പോലെ തന്നെ യോഗ്യതയുള്ള ഒരു സഖാവ് നമുക്കുമുണ്ട്. ആരേയും പഴിക്കുന്ന മലർന്ന് കിടന്നു തുപ്പുന്ന സഖാവാണത്. പ്രകൃതിയെപ്പോലെ ഒരു കൈകൊണ്ട് അടിക്കുകയും മറുകൈകൊണ്ട് തലോടുകയും (ആക്ഷേപിക്കുകയും ക്ഷമപറയുകയും) ചെയ്യുന്നതുകൊണ്ടാവണം പാർട്ടിപോലും അദ്ദേഹത്തെ (എം.എം.മണി ചുമന്നുകൊണ്ടിരിക്കുന്നത്. എന്നാലും ഏതു പെണ്ണിനേയും ''മറ്റവളാക്കി'' കളഞ്ഞാൽ തകർന്നു പോകും എന്ന ബോധത്തിൽ നിൽക്കുന്നവരോട് ചുണക്കുട്ടികൾ പറഞ്ഞ ഡയലോഗ് തന്നെ പറയേണ്ടി വരും. വേശ്യയെന്നു വിളിച്ചാലും സംഘിയെന്നു വിളിക്കരുത് എന്ന്. ഒരു ദുഷ്ടശക്തിക്കും അവരുടെ ദുഷ്പ്രചരണങ്ങൾക്കും മനക്കരുത്തുള്ള പെണ്ണിനെ ഒന്നും ചെയ്യാനാവില്ല എന്നുള്ള താക്കീതാണിത്. കേരളത്തിലെ ജനജീവിതം സുഗമമായി കൊണ്ടുപോകാൻ ശ്രമിക്കുന്ന മുഖ്യമന്ത്രിക്ക് വിമാനതാവളത്തിന്റെ പ്ലാൻ വരച്ച് അതിൽ ഉദ്ഘാടനകർമ്മം നടത്താൻ കഴിഞ്ഞു എന്നതിൽ അഭിമാനിക്കാം. നമ്മുടെ ദാരിദ്ര്യം അകറ്റാൻ അദ്ദേഹം എല്ലാ ജില്ലകളിലും വിമാനത്താവളങ്ങളും ഹൈവേകളും നിർമ്മിച്ച് റെക്കോർഡ് ഇടുകയാണ്. സരിത ഒരു പതിനായിരം തവണ വിളിച്ചാലും കുലുങ്ങാതെ മുന്നോട്ട് പോകുന്ന മന്ത്രിസഭയ്ക്കും നമോവാകം!

ഒരു നൂറു ബലാൽസംഗങ്ങളും ചുട്ടുകൊല്ലലുകളും ആത്മഹത്യകളും ഇവിടെ നടന്നാലും കുലുങ്ങാതെ മുന്നോട്ടു പോകുന്ന കേന്ദ്ര സംസ്ഥാനസർക്കാറുകൾ പ്രതികരിക്കുന്നവരെ തമസ്ക്കരിക്കുന്ന നിലപാട് മാറ്റിയില്ലെങ്കിൽ വൻ തിരിച്ചടി നേരിടേണ്ടി വരുമെന്ന ഓർമ്മപ്പെടുത്തലുകൾ അലയടിക്കുന്ന അന്തരീക്ഷത്തിലാണ് ഇന്നു നാം മുന്നോട്ട് പോകുന്നത്.

2016 മാർച്ച്

മതരാഷ്ട്രീയത്തിന്റെ കോമരങ്ങൾ

എന്തൊക്കെയാണ് നമുക്ക് ഭാവിയിൽ അനുഭവിക്കാനുള്ളത് എന്ന ഒരു ധാരണ ഇപ്പോൾ തന്നെ കിട്ടിക്കഴിഞ്ഞു. തമ്മിൽ തല്ലും തൊഴുത്തിൽക്കുത്തും ഉൾപ്പോരും പിൻവാതിൽ സന്ധികൾ - സമാസങ്ങൾ, ചെളി വാരിയെറിയൽ, പഴിചാരലും മറപ്പിക്കലും മറയ്ക്കലും എല്ലാം കൊണ്ട് പ്രശ്നപൂരിതമായ ഒരന്തരീക്ഷത്തിൽ ഇനിയങ്ങോട്ട് എന്തനുഭവിക്കേണ്ടി വരും എന്ന ചിന്തയൊന്നും ഈയുള്ളവളെ അലട്ടുന്നില്ല. ആരു ജയിച്ചാലും ഞങ്ങൾക്ക് രാപ്പകലുകളും നിരത്തുകളും വീടും ഓഫീസും പൊതുവിടങ്ങളുമൊക്കെ സ്വന്തമായി കിട്ടണം. മുക്തസറിൽ നടന്നതുപോലെ (ദളിത് യുവതിയെ പട്ടാപ്പകൽ ഓഫീസിൽ നിന്നു പിടിച്ചിറക്കി ബലാത്സംഗം ചെയ്തത്) ആണിനു മുട്ടുമ്പോൾ പിടിച്ചിറക്കി കശാപ്പു ചെയ്യാനുള്ളതല്ല പെണ്ണ് എന്ന് ഓർമ്മ വേണം. അധികം വികസനം ഒന്നും വേണ്ട. രണ്ടുനേരം കഞ്ഞി കുടിച്ച് സ്വൈര്യമായി കിടന്നുറങ്ങണം. ഉറങ്ങുന്ന സമയത്ത് അടുത്തു കിടക്കുന്ന മകളെ പിടിച്ചു കൊണ്ടുപോയി പീഡിപ്പിക്കരുത്. ആണിനേയും പെണ്ണിനെയും വേർതിരിച്ച് ആയിരിക്കരുത് കുറ്റം ചാർത്തൽ. 9000 കോടി മുക്കിയ വിജയമല്യക്ക് 200 ഏക്കർ കൊടുത്തതു പോലെ കിടപ്പാടമില്ലാത്തവർക്ക് 3 സെന്റെങ്കിലും കൊടുക്കണം. ബലാത്സംഗക്കേസിൽ ജയിലിലായ സന്തോഷ് മാധവന് 100 ഏക്കർ ചാർത്തിക്കൊടുത്ത് ആദരിച്ചതു പോലെ കൃഷി ചെയ്ത് ജീവിക്കുന്ന ആളുകൾക്കും അര ഏക്കർ വീതമെങ്കിലും കൊടുക്കാം. കൂമ്പു നോക്കി ജനത്തിന് അടി കൊടുക്കുന്നതിനു പകരം ജനങ്ങളുടെ മനസ്സിൽ ഇടംപിടിക്കുന്ന ജനസേവനം (ചെയ്താൽ ജയിലിൽ പോവും) ചെയ്യുക. കായൽ, കടൽ, വയൽ, കുന്ന് ഇവയൊക്കെ ഇവയായി നിൽക്കാൻ അനുവദിക്കുക. പെണ്ണിന്റെ സ്വാതന്ത്ര്യത്തെ ചൊല്ലി ഉറക്കം കെടുത്തുന്നവരെ ജയിലിലടക്കുക, ഇത്രയൊക്കെയേ കുറഞ്ഞതോതിലെങ്കിലും ഞങ്ങൾ പ്രതീ

ക്ഷിക്കുന്നുള്ളൂ.

പെണ്ണുങ്ങൾ മത്സരാർത്ഥികൾ ആവുന്നതു കേട്ടാൽപോലും വെറളി പിടിക്കുന്ന പുരുഷാധിപത്യ ചട്ടക്കൂടാണ് ഇന്നിവിടെയുള്ളത്. ഞങ്ങളിപ്പോൾ മത്സരിക്കാൻ ആഗ്രഹിക്കുന്നില്ല എന്ന് കരഞ്ഞു പറയുന്നവരായി പെണ്ണുങ്ങളെ മെരുക്കിയെടുക്കുന്ന മതരാഷ്ട്രീയ കോമരങ്ങൾ ഭരണത്തിൽ വന്നാൽ പെണ്ണെങ്ങനെ അഭിമാനബോധത്തോടെ ജീവിക്കും. പേരിനു പോലും പെണ്ണിന്റെ പേരു വെക്കാൻ മടിക്കുന്ന രാഷ്ട്രീയക്കോമരങ്ങൾ നില്ക്കുമ്പോൾ എന്നെപ്പോലെയുള്ളവർക്ക് വോട്ട് നോട്ടക്ക് എന്ന മുദ്രാവാക്യം ഉയർത്തേണ്ടി വരുന്നു. 140 മണ്ഡലങ്ങളിൽ പകുതിസ്ഥാനത്തും സ്ത്രീകളെ നിർത്താൻ തയ്യാറാവണം രാഷ്ട്രീയ പാർട്ടികൾ എന്നതാണ് എന്നേപ്പോലെയുള്ളവർ മുന്നോട്ട് വെക്കുന്ന ആവശ്യം.

ഓരോ സ്ഥാനത്തിരിക്കുന്നവർക്കും അവരവരുടെ ജോലി ചെയ്യാൻ ഉത്തരവാദിത്തമുള്ളതു പോലെ സ്വാതന്ത്ര്യവും ഉണ്ടായിരിക്കണം. ആ സ്വാതന്ത്ര്യം ഉപയോഗിക്കാൻ പറ്റിയിരുന്നെങ്കിൽ പരവൂർ വെടിക്കെട്ടു ദുരന്തം ഉണ്ടാവില്ലായിരുന്നു. വിളിപ്പുറത്ത് മുഖ്യമന്ത്രി ഉണ്ടായിട്ടും എന്തേ വിളികേട്ടില്ല എന്നൊരു സംശയവും ഈയുള്ളവൾക്കുണ്ട്. രാഷ്ട്രീയക്കാരുടെ കാര്യം പറഞ്ഞതുപോലെയാണ് മതനേതാക്കന്മാരും. വെടിപൊട്ടിക്കുന്നത് മേലാളരും ചാവുന്നത് പാവങ്ങളും. എന്നിട്ടും തൃശൂർപൂരത്തിന് കരിയും കരിമരുന്നും പ്രയോഗിച്ചത് അതിശയം തന്നെ. അല്ലെങ്കിൽ പോട്ടെ, ഒരു കാര്യം ചെയ്യാം. ഇത്തരത്തിലുള്ള മത്സരകമ്പക്കെട്ടുകളിൽ പള്ളി/അമ്പല കമ്മിറ്റികളെ മുന്നിൽ നിർത്തുക. മരുന്ന് ഡോസ് കൂട്ടി നിർമ്മിച്ചവരെ അതിന്റെ പിന്നിൽ നിർത്താം. ഇങ്ങനെ വെടിക്കെട്ടു നടത്തിയാൽ എല്ലാം ശുഭമായി.

2016 മേയ്

തെരഞ്ഞെടുപ്പജണ്ട

പുതിയ സർക്കാറിൽനിന്ന് ജനങ്ങൾ ഏറെ പ്രതീക്ഷിക്കുന്നുണ്ട്. പാർട്ടി നോക്കി വോട്ടു ചെയ്തവനും ചെയ്യാത്തവനും എല്ലാം. ജയിപ്പിച്ചവർക്കു മാത്രം പ്രതീക്ഷകൾ നിറവേറ്റുന്ന ഗവൺമെന്റാകരുത് ഇവിടെ ഭരിക്കുന്നത്. പദ്ധതികളും നിർവ്വഹണങ്ങളുമെല്ലാം സ്വന്തം പാർട്ടി പ്രവർത്തകർക്കു നേരെ നീളാതെ സാധാരണ ജനങ്ങളിലേക്കു കൂടി എത്തിക്കാൻ കഴിഞ്ഞാൽ ഇനിയൊരു ഭരണമാറ്റം കേരളത്തിൽ സംഭവിച്ചേക്കില്ല. അതല്ല എന്നുണ്ടെങ്കിൽ തകർന്നടിഞ്ഞ രാജ്യങ്ങളുടെയും സംസ്ഥാനങ്ങളുടെയും കൂട്ടത്തിൽ കേരളത്തിലെ ഇടതുപക്ഷവും സ്ഥാനം പിടിച്ചേക്കാം.

കാലാകാലങ്ങളായി ഇവിടെ കുറെ പ്രശ്നങ്ങൾ നിലനിൽക്കുന്നുണ്ട്. മാറി മാറി ഭരിച്ചിട്ടും ആരുടേയും കണ്ണിൽപ്പെടാതെ തന്നെ. നമ്മുടെ സ്കൂളുകളുടെ കാര്യം തന്നെ പ്രധാനം. തൂണുവീണു പോലും മരിക്കാൻ സാധ്യതയുള്ള സ്കൂളുകൾ പുതുക്കി പണിയുന്നത് അത്യാവശ്യമല്ലേ? അർപ്പണബോധമുള്ള അദ്ധ്യാപകരെ നിയമിക്കുന്ന കാര്യത്തിൽ എന്തെങ്കിലും പോംവഴി കണ്ടെത്തേണ്ടതുണ്ട്. അവനവന്റെ കഴിവിൽ വിശ്വാസമുള്ള അദ്ധ്യാപകരെ വേണം നിയമിക്കാൻ. അങ്ങനെയാണെങ്കിൽ അവരുടെ കുട്ടികളും മറ്റു കുട്ടികളും ഗവൺമെന്റ് സ്കൂളിൽ തന്നെ ചേരും എന്നത് ഉറപ്പ്. ഇഷ്ടം പോലെ ജോലിക്കാരെ തീറ്റിപ്പോറ്റുന്ന സർക്കാരാണ് കേരളസർക്കാർ. പിന്നെ എന്തുകൊണ്ട് സ്കൂളുകളിൽ ക്ലീനിംഗിനും മറ്റ് ആവശ്യത്തിനും ആളുകളെ എടുക്കാത്തത് എന്നാണ് ഞാൻ ആലോചിക്കുന്നത്. വൃത്തിഹീനമായ ബാത്റൂമുകളിൽ പോകാൻ മടിച്ച് രാവിലെ എട്ടു മുതൽ വൈകുന്നേരം 5 വരെ മൂത്രമൊഴിക്കാതെ തിരിച്ചെത്തുന്ന പെൺകുട്ടികളിലധികം പേരും രോഗത്തിന്നടിമകളാകുന്നു. ഇതൊന്നും ആരുടേയും രാഷ്ട്രീയപ്രശ്നമല്ല എന്നറിയാം.

2016 ജൂൺ 2 ന് വന്ന വാർത്ത എന്നത്തേയുംപോലെ ഞെട്ടിക്കുന്നതായിരുന്നു. പെൺകുട്ടിയെ കാറിൽ തട്ടിക്കൊണ്ടുപോയി നാലു ദിവസം പീഡിപ്പിച്ചു എന്നതാണ് വാർത്ത. മതപഠനക്ലാസ്സുകൾ ഏറെ പ്രശ്നങ്ങൾ ഉണ്ടാക്കുന്നുണ്ട് എന്നത് ഈയുള്ളവൾ മനസ്സിലാക്കിയതാണ്. വൈകുന്നേരങ്ങളിലുള്ള ക്രിസ്ത്യൻ പ്രാർത്ഥനകൾ, മദ്രസ്സ ക്ലാസ്സുകൾ എന്നിവ പെൺകുട്ടികൾക്ക് എന്നും ഉപദ്രവകരങ്ങളാണ്. ഉസ്താദുമാരും പള്ളിയിലച്ചന്മാരും പീഡിപ്പിച്ച കഥകൾ വായിച്ചു കഴിഞ്ഞതാണ് നമ്മൾ. ഇരുട്ടിന്റെ മറവിൽ നടക്കുന്ന ഇത്തരം കാര്യങ്ങൾ നിയന്ത്രിക്കേണ്ടിയിരിക്കുന്നു.

സ്കൂൾക്കുട്ടികൾപോലും നടന്നുപോകുന്ന പെൺകുട്ടികളെ വലിച്ചിഴച്ചുകൊണ്ടുപോയി ബലാത്സംഗം ചെയ്യുന്ന സംസ്ക്കാരത്തിലേക്കാണ് നാം പോകുന്നതെങ്കിൽ എങ്ങനെ പെൺകുട്ടികളും സ്ത്രീകളും ഇവിടെ ജീവിക്കും. ആരു ഭരിച്ചാലാണ് ഈ അവസ്ഥക്ക് ഒരറുതി വരുക എന്നറിയില്ല. സ്ത്രീസുരക്ഷ അജണ്ടയാക്കിയെടുക്കുന്നവരുടെ കൂടെ സ്ത്രീകൾ നിൽക്കും എന്നതുറപ്പ്. ഇത്തവണ വോട്ട് ചോർന്നതിനെക്കുറിച്ച് ഉറക്കം കളയുന്ന കോൺഗ്രസ്സിനോട് ഒന്നേ പറയാനുള്ളൂ. സ്ത്രീകളെല്ലാം കൂട്ടത്തോടെ സ്ത്രീസുരക്ഷ അജണ്ടയാക്കിയ മുന്നണിക്കു വോട്ടുകൊടുത്തു എന്ന്. സ്ത്രീകൾക്ക് കാര്യങ്ങൾ മനസ്സിലായിത്തുടങ്ങി. അവർ തീരുമാനിക്കും ആരു ഭരിക്കണമെന്ന്. ഭരിച്ചു തുടങ്ങിയവർക്കും ഭരണം നഷ്ടപ്പെട്ടവർക്കും ഇത് ഓർമ്മവേണം.

2016 ജൂൺ

പോലീസ്ബുദ്ധിയില്ലാത്ത പോലീസുകാർ

ജീവൻ രക്ഷിക്കാൻ ബാദ്ധ്യസ്ഥരായവർ ജീവനുഭീഷണിയായാൽ എന്തു ചെയ്യും? കർണ്ണാടക മുഖ്യമന്ത്രിക്ക് പോകാൻ ആംബുലൻസ് പോലും തടഞ്ഞുനിർത്തി, ആളുമരിക്കാനിടയായ സംഭവത്തിൽ എന്തുത്തരമാണ് പ്രതികൾക്ക് പറയാനുണ്ടാവുക? ഭരണകൂടവും നിയമപാലകരും രാഷ്ട്രീയപാർട്ടികളും എല്ലാം ഒന്നുമനസ്സിലാക്കിയാൽ നന്ന്. മരണത്തിനു മുന്നിലെങ്കിലും എല്ലാവരും ഒരേ വിലയുള്ളവരാണെന്ന്. ജനങ്ങളുടെ കയ്യുംകാലും പിടിച്ച് കുട്ടികളുടെ മൂക്കുപിഴിഞ്ഞ് ഓച്ഛാനിച്ചോച്ഛാനിച്ച് ഒരുവഴിക്കായതിനു ശേഷമാണ് ഈ മഹാന്മാരെല്ലാം ജയിച്ചു പോകുന്നത്; ഓർമ്മ വേണം.

നമ്മുടെ സംസ്ക്കാരം ആൺപെൺഭേദമില്ലാതെ സാഡിസത്തിലേക്കു തിരിഞ്ഞിരിക്കുന്നു എന്നുവേണം പറയാൻ. ചാകുന്നതുവരെ നോക്കിനിന്ന് അടിച്ചുകൊല്ലുക! സദാചാരത്തിന്റെ പേരിൽ ആയാലും അല്ലെങ്കിലും. ഇവരെയൊന്നും നിലക്കുനിർത്താൻ കഴിയാത്ത ഭരണകൂടവും നിയമസംവിധാനങ്ങളും എന്തിനാണ്? (അല്ലെങ്കിൽ എന്താണീ സദാചാരം). ഈ ക്രൂരത തന്നെയല്ലേ അങ്ങ് ഡൽഹിയിലും ബാംഗ്ലൂരും നടന്നത്. മോഷണത്തിന്റെ പേരിൽ ഇത്രയൊക്കെ ചെയ്യാമെങ്കിൽ നമ്മുടെ നാട്ടിലെ വിരുതന്മാരെ എന്തൊക്കെ ചെയ്യണം? ബാംഗ്ലൂരിൽ നഴ്സിംഗ് വിദ്യാർത്ഥിയെ ടോയ്‌ലറ്റ് ക്ലീനർ കുടിപ്പിച്ച സംഭവം പൊറുക്കാവതല്ല. കുറ്റത്തിനും ശിക്ഷയ്ക്കും ഒന്നും ആൺപെൺ ഭേദ പരിഗണന കൊടുക്കേണ്ടതില്ല എന്നു തന്നെയാണെന്റെ അഭിപ്രായം! സാമ്പത്തികപരിഗണനയും സ്ഥാനമാനപരിഗണനയും പാടില്ല. കുറ്റത്തിനു ശിക്ഷകൊടുക്കുന്ന ഒരു സംവിധാനത്തിൽ ജീവിക്കാൻ എന്നാണാവോ സാധിക്കുക!

പെട്രോളിനുവേണ്ടിയാണോ ജീവനുവേണ്ടിയാണോ ഹെൽമെറ്റ്

ധരിക്കേണ്ടത്? ഹെൽമെറ്റില്ലെങ്കിൽ പെട്രോളില്ലെന്ന പുതിയനിയമം കണ്ട് ഈയുള്ളവൾ സംശയിച്ചതാണേ. ഇതിലും നല്ല ഐഡിയ ഞാൻ പറഞ്ഞുകൊടുത്തേനെ. ഇതേ അഭിപ്രായം തന്നെയാണ് ജിഷകൊല ക്കേസ് തെളിയിക്കുന്നതിനും എനിക്കുള്ളത്. സാധാരണ മനുഷ്യന്റെ 'പോലീസ്ബുദ്ധി' പോലും നമ്മുടെ പോലീസിനില്ലാതെ പോയല്ലോ എന്റപ്പനേ! പ്രതി മലയാളം പറയാനറിയാത്തവനായതുകൊണ്ട് ''എല്ലാവരും രക്ഷപെട്ടു''. ചോദിച്ചവരും പറഞ്ഞവരും പറയിപ്പിച്ചവരും ചെയ്തവരും ചെയ്യിപ്പിച്ചവരുമെല്ലാം. ഒരു കൊലപാതകം നടന്നാൽ അവരുടെ സുഹൃത്തുക്കളെ ചോദ്യം ചെയ്യുന്ന ഏർപ്പാട് കേരളത്തിലില്ലേ? എന്തെങ്കിലും ഭീഷണിയോ പ്രണയമോ ആത്മഹത്യയോ അങ്ങനെ എന്തെങ്കിലും സുഹൃത്തുക്കളോട് പറഞ്ഞിരുന്നോ ആവോ? ഇനിയിപ്പോൾ അതൊന്നും ചോദിക്കാത്തതാണ് അഭികാമ്യം. അഥവാ പ്രതിമാറിപ്പോയാലോ? ഇതൊക്കെയൊന്ന് തുറന്നു പറയാമെന്നുവെച്ചാൽ സോഷ്യൽമീഡിയയിൽ പെൺവിരോധികളും രാഷ്ട്രീയശത്രുക്കളും സമ്മതിക്കുകയുമില്ല. ഞാനെങ്ങനെ വാസ്തവം പറയുമോ ആവോ.

2016 ജൂലൈ

ആണിന്റെ അഹങ്കാരം

ഇൻഡ്യൻ രാഷ്ട്രീയമാകെ വികൃതവല്ക്കരിക്കപ്പെട്ടു കഴിഞ്ഞു. കോൺഗ്രസ്സിന്റെ പൊടിപോലും കാണാതായി. ബി.ജെ.പിക്ക് കനത്ത പ്രഹരമേറ്റു. കമ്മ്യൂണിസ്റ്റുകളും അന്യം വന്നുതുടങ്ങിയിരിക്കുന്നു. കേരളത്തിലെ പാർട്ടികോൺഗ്രസ്സിന്റെ കഥ കേട്ടും കണ്ടും പ്രതീക്ഷയർപ്പിച്ചിരിക്കുകയാണ് ആളുകൾ. എതിർത്താൽ തലവെട്ടുന്ന രാഷ്ട്രീയമാണ് ഇന്ന് നടമാടുന്നത്. ഇതിനിടെ സ്ത്രീപ്രശ്നങ്ങളും മറ്റും സൗകര്യപൂർവ്വം മറക്കാൻ കഴിയുന്നുണ്ട് എന്നത് ഒരു സൗകര്യമാണു താനും. നല്ലനല്ല ഷൂ കൊണ്ട് ചാകാനുള്ള ഭാഗ്യവും കേരളീയർക്ക് ഉണ്ടാകുന്നത് ചെറിയകാര്യമല്ല*. അഞ്ചുലക്ഷം രൂപാവിലയുള്ള ഷൂ പോലും!* നമ്മുടെ സ്ത്രീകൾ ചവിട്ടുകൊള്ളുകയും ചാവുകയും ചെയ്യുന്നത് അപൂർവ്വമല്ല. 5 ലക്ഷം രൂപ വിലയുള്ള ചവിട്ടുകൊള്ളാനും വേണം ഭാഗ്യം.

ഡൽഹിയിലോ മറ്റോ ബസിൽ സ്ത്രീകൾക്ക് സംരക്ഷണത്തിന് പോലീസിനെ നിയോഗിക്കുമെന്ന് വാർത്ത കണ്ടു. പോലീസിൽ നിന്ന് രക്ഷനേടാൻ ആരെ നിയോഗിക്കും? പീഡനം നടത്തുന്ന സ്ഥലങ്ങളിൽ സംരക്ഷണം കൊടുത്താൽ മതിയോ? സംരക്ഷണമേഖലയല്ലാത്തിടത്ത് ബലാത്സംഗങ്ങളാകാമെന്നാണോ? ബലാത്സംഗം ആണത്തത്തിന്റെ അലങ്കാരമാക്കി ഞെളിഞ്ഞുനടക്കുന്നവരെ ഇല്ലായ്മ ചെയ്യാതെ ഇതിനൊന്നും അറുതിവരില്ല. ബസിലും ട്രെയിനിലും കാറിലും ഓട്ടോയിലും വീട്ടിലും സ്കൂളിലും ഓഫീസിലും പള്ളികളിലും അമ്പലത്തിലും നിരത്തിലും ഇടവഴിയിലുമൊക്കെ ആളെ വിന്യസിക്കുകയാണോ ഇതിന് പോംവഴി! അറിയില്ലാത്തവർ അറിയുന്നവരോട് ചോദിച്ചിട്ട് കാര്യങ്ങൾ ചെയ്യുകയാണ് അഭികാമ്യം എന്നു തോന്നുന്നു. നമ്മുടെ മതവും രാഷ്ട്രീയവും സംസ്ക്കാരവുമൊക്കെ ചേർന്ന അഹങ്കാരം വളർത്തി വരുന്ന ഒരു തലമുറയുടെ പ്രധാന ഹോബി ബലാത്സംഗങ്ങളാകുന്ന

തെങ്ങനെയാണ്?

തലയെടുപ്പുള്ള പെണ്ണുങ്ങളുടെ നാടാണ് നമ്മുടെ കേരളം. ഇവിടെ മത-രാഷ്ട്രീയ ഗർവ്വ് കൊണ്ടു ഞെളിഞ്ഞും കുനിഞ്ഞും നടക്കുന്ന എത്രപേർ പെണ്ണുങ്ങളേയും അവരുടെ രാഷ്ട്രീയത്തേയും സംഘടന യേയും അംഗീകരിക്കുന്നുണ്ട്? നിവൃത്തികേടുകൊണ്ട് ബലാബലം നിൽക്കുന്ന പെണ്ണുങ്ങളെ അംഗീകരിക്കുന്നവർ പോലും അമ്മയേയും പെങ്ങളേയും ഭാര്യയേയും ഉപകരണങ്ങളായി കാണാൻ മാത്രം ആഗ്ര ഹിക്കുന്നവരാണ്. നേതൃനിരയിലുള്ളവർ സ്ത്രീകളെ അംഗീകരിച്ചു തുടങ്ങട്ടെ. അപ്പോൾ അണികൾ ബഹുമാനിച്ചു തുടങ്ങും. മതാദ്ധ്യ ക്ഷൻമാർ വ്യക്തികളായി കാണട്ടെ. അപ്പോൾ വിശ്വാസികൾ സ്നേ ഹിച്ചു തുടങ്ങും. കുടുംബത്തിൽ അധികാരം വെടിഞ്ഞ് ആണുങ്ങൾ സഹജീവികളായി കണ്ടുതുടങ്ങട്ടെ. അപ്പോൾ മക്കൾ മനസ്സറിഞ്ഞ് സ്നേഹിച്ചു തുടങ്ങും. ഈ സാഹചര്യം ആത്മാഭിമാനമുള്ള സ്ത്രീകളെ സൃഷ്ടിക്കും. ആത്മാഭിമാനമുള്ള സ്ത്രീകളുണ്ടെങ്കിലേ തിരിച്ചറിവുള്ള മക്കളുണ്ടാവൂ. എല്ലാവർക്കും എല്ലാവരേയും തിരിച്ചറിയാൻ പറ്റുന്ന ഒരു കാലം എത്ര ദൂരത്താണോ ആവോ.

* കോഴിക്കോട് മാളിൽ സെക്യൂരിറ്റി ജീവനക്കാരനെ ചവിട്ടിക്കൊന്ന സംഭവം.

2015 മാർച്ച്

സ്ത്രീസുരക്ഷ

കേരളനിയമസഭയിൽ പ്രത്യേകിച്ച് എന്തെങ്കിലും സംഭവിച്ചു എന്ന് പറയാൻ ഞാനത്ര വിഡ്ഢിയല്ല. ഒരാഴ്ചക്കാലം കണ്ടും വായിച്ചും കേട്ടും മനസ്സിലാക്കിയ ഞാൻ ചിന്തിച്ചത്, എല്ലാവരും അവനവന്റെ തനി സ്വഭാവം കാണിച്ചതിപ്പോഴാണ് എന്നുമാത്രമാണ്. നിയമസഭക്ക് പുറത്ത് ഗുണ്ടകളെ വെക്കാം. എന്നാൽ അകത്ത് പറ്റില്ല ല്ലോ. സഖാവ് അച്യുതാനന്ദന് ഒന്നും മിണ്ടാൻ പറ്റാത്ത കാലമാണല്ലോ ഇത്. എന്നാലും നിയമസഭയിൽ സഖാവിന് ഒരിര വീണുകിട്ടി. സ്ത്രീ പീഡനം! ഒരുപക്ഷേ, ആരെങ്കിലുമൊക്കെ പറയാനിടയുണ്ട്- ഇതും അഡ്ജസ്റ്റ്മെന്റ് സമരം തന്നെയെന്ന്. നിയമസഭയിൽ ജമീലപ്രകാശം കടിച്ചില്ലായിരുന്നില്ലെങ്കിൽ ശിവദാസമേനോന്റെ കൈ പി.ജെ.ജോസഫിന്റെ കൈപോലെയാകുമായിരുന്നു. 'പൊങ്ങാത്ത കൈ'! (നിയമസഭയിലെ ഭരണ പ്രതിപക്ഷ അടിപിടി, കടിപടി) ഞാനീ പറയുന്നതൊന്നും വിശിഷ്ടരുടെ പോരായ്മകളോ കുറ്റങ്ങളോ അല്ല കേട്ടോ. കുറ്റം പറയുന്നത് ജനങ്ങളെ മാത്രം. നിയമസഭയിൽ കൂത്താടിയ ഒരാൾക്കും ഒരു വോട്ടുപോലും കൊടുക്കരുത് എന്ന ബുദ്ധി ജനത്തിനുദിച്ചിരുന്നുവെങ്കിൽ എന്ന് ആത്മാർത്ഥമായി ആഗ്രഹിക്കാറുണ്ട്. ഒരാഴ്ചകഴിഞ്ഞാൽ ഇവിടുത്തെ സ്ഥിതി എന്താകും? ഇവിടെയാരും കോഴകൊടുത്തിട്ടുമില്ല. വാങ്ങിയിട്ടുമില്ല. പിടിച്ചിട്ടുമില്ല. കടിച്ചിട്ടുമില്ല. കാഴ്ചക്കാർക്കും കേൾവിക്കാർക്കും മതിഭ്രമം വന്നതാകാം. അതുകൊണ്ടുതന്നെ ഈ ജനം അവരെത്തന്നെ വീണ്ടും ജയിപ്പിക്കും.

സ്ത്രീകളുടെ സുരക്ഷാപാക്കേജുകൾ തലസ്ഥാനനഗരിയായ ഡൽഹിയിൽ കൂടിക്കൊണ്ടേയിരിക്കുന്നു. സ്ത്രീകൾക്കു മാത്രമായി ടാക്സികൾ. ഇനി സ്ത്രീകൾക്കു മാത്രമായി തൊഴിൽസ്ഥലങ്ങൾ, റോഡുകൾ, വീടുകൾ, ഗ്രാമങ്ങൾ, നഗരികൾ, സംസ്ഥാനങ്ങൾ എന്നിവ തുടങ്ങിവെച്ചാൽ അതിക്രമങ്ങൾ കുറയുമോ? സ്ത്രീസുരക്ഷ ഉറപ്പുവ

രുത്താത്ത ഭരണകർത്താക്കളെ തുടരാൻ അനുവദിക്കരുത്. 72 വയസ്സുള്ള കന്യാസ്ത്രീ ബലാത്സംഗത്തിനിരയായപ്പോൾ സഭ കൂടെ നിന്നത് സന്തോഷകരം. അവരുടെ ചാരിത്ര്യശുദ്ധിക്ക് പ്രാധാന്യം കൊടുത്തില്ലല്ലോ. സമാധാനം. നമ്മുടെ പ്രാചീന ഗ്രന്ഥങ്ങളെല്ലാം നവീകരിക്കപ്പെടേണ്ടതിന്റെ ആവശ്യകതയാണ് ഇവിടെ തെളിഞ്ഞു വരുന്നത്. സ്ത്രീ പുരുഷനുവേണ്ടിയുള്ളതാണ് എന്ന് പഠിപ്പിക്കുന്ന മതഗ്രന്ഥങ്ങളെല്ലാം തിരുത്തിയെഴുതപ്പെടണം. പുനർവ്യാഖ്യാനങ്ങൾ നടത്തി മനുഷ്യനെപ്പറ്റി പഠിപ്പിക്കണം. എന്നാൽ എല്ലാമനുഷ്യരും മനുഷ്യരെപ്പോലെ വളരുകയും പെരുമാറുകയും ചെയ്തേക്കാം. എന്നിട്ടും നന്നാകുന്നില്ലെങ്കിൽ മറ്റു പോംവഴികളിലേക്കു പോകാം. വരട്ടെ.

2015 ഏപ്രിൽ

തമാശകളുടെ കാലം

ശിക്ഷാപരിധി പതിനാറ് വയസ്സാക്കി. കൊലപാതകം, മാനഭംഗം എന്നീ നീചകുറ്റകൃത്യങ്ങളിലേർപ്പെടുന്നവരെ ഉദ്ദേശിച്ചാണിത്. 16 വയസ്സിനു താഴെയുള്ളവരെ ഈ നിയമം ഇത്തരം കുറ്റകൃത്യങ്ങൾ ചെയ്യാൻ പ്രേരിപ്പിക്കാതിരുന്നാൽ മതി. ഡൽഹി സംഭവത്തിന്റെ അടിസ്ഥാനത്തിൽ പുതിയ നിയമങ്ങൾ രാജ്യത്ത് അടിക്കടി ഉണ്ടാവുന്നതിനെപ്പറ്റി ആരും ഒന്നും പറയുന്നില്ല. നിയമങ്ങൾ ഉണ്ടായിക്കൊണ്ടിരിക്കുന്നത് പ്രതികളെ സംരക്ഷിക്കാൻ മാത്രമാണ്. അധികാരത്തിലിരിക്കുന്നവരും അവരുടെ ആളുകളും ഇത്തരം കൃത്യങ്ങൾ ചെയ്തുകൊണ്ടിരിക്കുന്നതും കാണാതെ പറ്റില്ല. അഭിമാനബോധത്തിലും നിർദ്ധനാവസ്ഥയിലുമൊക്കെ ആത്മഹത്യ ചെയ്താൽ അതിനെ ഭീരുത്വമെന്നു പറയാൻ മടിക്കുന്നില്ല. ക്രൂരകൃത്യങ്ങൾ ആരു ചെയ്താലും ക്രൂരമായ ശിക്ഷ തന്നെ കൊടുക്കുകയാണ് ഇതിനുള്ള ഏക പോംവഴി. അതിനായി നിയമം വന്നില്ലെങ്കിൽ അനുഭവിക്കുന്നവനെങ്കിലും അതു നടപ്പാക്കാനുള്ള ധൈര്യം വേണം. ഒരു പെണ്ണിനെ പോലും സ്വതന്ത്രമായി ജീവിക്കാനനുവദിക്കാത്ത നമ്മുടെ നാട്ടിലെ ദുഷ്ടശക്തികൾ ഇതൊക്കെ എളുപ്പമാക്കിത്തീർക്കുമോ? മദ്യത്തിനൊപ്പം വിളമ്പുന്ന ലഹരിമാത്രമായി ജനം പെണ്ണിനെ കണ്ടുതുടങ്ങിക്കഴിഞ്ഞു. കാര്യങ്ങൾ നേടുന്നതിന് ഓരോ പെണ്ണിനേയും നോട്ടമിട്ടുകഴിഞ്ഞു ഇവർ. പണ്ടൊക്കെ അന്യന്റെ വീട്ടിലേക്കായിരുന്നു നോട്ടമെങ്കിൽ ഇപ്പോൾ സ്വന്തം വീട്ടിലുമെത്തി നോട്ടം.

തമാശകളുടെ കാലമാണല്ലോ കേരളത്തിനിത്. നിയമസഭാകോലാഹലങ്ങൾ അവിടെക്കിടക്കട്ടെ. പരീക്ഷയെഴുതാതെ ഗ്രേഡ് കൊടുക്കുന്ന വിദ്യാഭ്യാസസമ്പ്രദായമുള്ള ഏകനാട് കേരളം മാത്രമായിരിക്കും. വിവരമുണ്ടാക്കുന്ന ഏർപ്പാടാണ് വിദ്യാഭ്യാസമെങ്കിലും വകുപ്പിനതില്ല എന്ന് ആർക്കും തോന്നിപ്പോകും. ആലുമുളച്ച് തണലായപ്പോൾ വേണ്ടാത്തിട

ത്താണോ എന്ന തിരിച്ചറിവുപോലും നഷ്ടപ്പെട്ട കുറെ വകുപ്പുകളാണ് ഇവിടുള്ളത്. പ്രതിപക്ഷ ശക്തി ശല്യമാകാത്ത ഒരു ഭരണമാണല്ലോ നമ്മുടെ രാജ്യത്തുള്ളത്. സമരം ചെയ്യാൻ മാത്രമല്ല, ഓച്ഛാനിച്ചു നിൽക്കാനും അറിയാവുന്ന നേതാക്കന്മാരുള്ളതുകൊണ്ട് കേരളം ജീവിച്ചു പോകുന്നുവെന്നുമാത്രം.

2015 മേയ്

ലഗ്ഗിൻസ്

അപമാനിക്കുക, ചാകാൻ സാഹചര്യമുണ്ടാക്കുക- ഇതാണ് കേരളീയന്റെ ഇപ്പോഴുള്ള പൊതുസ്വഭാവം. സ്ത്രീകളോടു മാത്രമുള്ള ഈ സ്വഭാവം പൊതുവായി മാറാൻ കാലമിത്രയുമെടുത്തു. സ്ത്രീകളോടുള്ള കരുണ മൂത്ത് അടുത്ത കാർഷികപദ്ധതി ഒതളങ്ങ കൃഷി* വിപുലമാക്കുക എന്നതായിരിക്കാൻ സാദ്ധ്യതയേറുന്നു. രഹസ്യമായെങ്കിലും ആരെങ്കിലും ഹോസ്റ്റലുകൾ പോലുള്ള ഇടങ്ങളിൽ ഒതളങ്ങാച്ചെടി നടാനിടയുണ്ട്. നോക്കിയും പറഞ്ഞും പ്രവർത്തിച്ചും അപമാനിക്കുക എന്നത് വിവരദോഷികൾക്കും വിവരമുണ്ടെന്ന് നടിക്കുന്നവർക്കും അന്നും ഇന്നും തമാശ തന്നെയാണ്. പുറം നാടുകളിൽ പെണ്ണിന്റെ വസ്ത്രത്തിന്റെ അളവു നോക്കാത്തവർ ഇവിടെ അളന്നും തിട്ടപ്പെടുത്തിയും കാലം കഴിക്കുന്നു. കാലുകളും ചന്തിയും മാറിടവും അളന്നു തിട്ടപ്പെടുത്തുന്നതു കൂടാതെ ഇതുകളിൽ ഫിറ്റ് ചെയ്തിരിക്കുന്ന വസ്ത്രങ്ങളുടെ ഷേയ്പ്പ് കുറിച്ചു വയ്ക്കുന്നതും ചില ആളുകൾക്ക് ഭ്രമം തന്നെയാണ്. ലഗ്ഗിൻസ് ഇട്ടാലും ജീൻസ് ധരിച്ചാലും രണ്ടുതരം വടിവാണ് കാലിനു ലഭിക്കുന്നത്. ഇവ ധരിച്ചവരെ കണ്ടാൽ തോന്നുന്ന ഏനക്കേടിന് പണ്ടുള്ളോർ കൊടുത്ത ചൂരൽക്കഷായം പോരതന്നെ. ഒരു അറ്റകൈ പ്രയോഗം. അതെ; അതു തന്നെ വേണ്ടിവരും. ജീൻസ് ഇട്ടത് കണ്ടാൽ ഭൂമി കുലുങ്ങുന്നവർ വലിയ വള്ളിനിക്കറുകൾ വാങ്ങിയിടട്ടെ. ഇനി അതുകൊണ്ടും ഗുണം ചെയ്യുന്നില്ലെങ്കിൽ ഇവർക്കുള്ള മറുപടിയും മരുന്നും എന്തെന്ന് മനശാസ്ത്രം അറിയാവുന്ന പെൺഡോക്ടർമാർ കൂടിയാലോചിക്കട്ടെ.

* ആലപ്പുഴ സ്പോർട്സ് ഹോസ്റ്റലിൽ (മുറ്റത്തുനിന്ന) ഒതളങ്ങ കഴിച്ച് പെൺകുട്ടികൾ മരിക്കാനിടയായ സംഭവം.

2015 ജൂൺ

മത്തൻ നട്ടാൽ!

എന്താ നമ്മുടെ നാടിന്റെയൊരു ഒരു സ്ഥിതി? കേരളത്തിലും പ്രതിപക്ഷമില്ലാതായിരിക്കുകയല്ലേ? ഏതുപക്ഷത്തിരുന്നാലും തങ്ങൾ ചെയ്യുന്നത് ഒന്നാണെന്ന് മനസ്സിലായാൽ പ്രതിപക്ഷ കാഴ്ചയുടെ ആവശ്യമില്ലല്ലോ. ഇത് നേരത്തെ ജനത്തിന് മനസ്സിലായതാണ്. ഒരു പണിയുമില്ലെങ്കിൽ കൃഷിനടത്താനിറങ്ങുന്നവരല്ല നമ്മുടെ രാഷ്ട്രീയ പാർട്ടികൾ. 'കൃഷി' പരിചയമുള്ളവരും ഇല്ലാത്തവരും ഒന്ന് ഓർമ്മയിൽ വെക്കുന്നത് നന്ന്. 'മത്തൻ നട്ടാൽ കുമ്പളം മുളക്കില്ല' എന്ന ചൊല്ല്. വിഷമില്ലാത്ത പച്ചക്കറി ഉത്പാദിപ്പിച്ചാൽ മനുഷ്യന്റെ വിഷം മാറുമോ? വിഷമുള്ള മനുഷ്യന് വിഷമില്ലാത്ത പച്ചക്കറികൾ ഉത്പാദിപ്പിക്കാൻ കഴിയുമോ ഇതൊക്കെ ഈയുള്ളവളുടെ സംശയങ്ങൾ മാത്രമാണ്. ഈ നാട് അക്രമികളെക്കൊണ്ടു നിറഞ്ഞിരിക്കുകയാണ്. സ്വന്തം കോളേജിന്റെ മുറ്റത്തുകൂടി പോലും കുട്ടികൾക്ക് നടക്കാൻ പറ്റാത്ത അവസ്ഥ*. പാർട്ടി ഏതാണെന്നു നോക്കി കുറ്റംപറയാനാളല്ല ഞാൻ. ഒന്നിനൊന്ന് മെച്ചമായതുകൊണ്ടു തന്നെ. വാളുവീശാനും ബോംബുണ്ടാക്കാനും എറിയാനും ആയുധങ്ങൾ ശേഖരിക്കാനും തക്ക ക്രിമിനലുകളെ പാർട്ടിയിലെടുക്കുന്നതാണോ അതോ...? നടൻ തിലകൻ പണ്ടൊരു സിനിമയിൽ പറഞ്ഞപോലെ 'പോഴന്മാരെ പോലീസിലെടുക്കുന്നതാണോ അതോ പോലീസിലെടുത്തതിനു ശേഷം പോഴന്മാരായതാണോ'? എങ്ങനെ ഇവർ അക്രമികളാകുന്നു? നമ്മുടെ നേതാക്കന്മാരെല്ലാം ശാന്തരും സൽസ്വഭാവികളും നന്മമാത്രം ആഗ്രഹിക്കുന്നവരുമാകുമ്പോൾ? പ്രസ്ഥാനങ്ങളൊക്കെ കെട്ടുറപ്പില്ലാതെ പോകുന്നുണ്ടോ? ഇതൊക്കെ പരിശോധിക്കാൻ എവിടെ നേരം?. ഭരണവും സ്ഥാനവും പിടിച്ചു പറ്റാൻ നെട്ടോട്ടമോടുമ്പോൾ. കണ്ണൂർ സമാധാനപരമാവാൻ എല്ലാപാർട്ടികളുടേയും നേതാക്കന്മാർ അവിടെ ക്യാമ്പ് ചെയ്യട്ടെ. കാണാമറയത്ത് നിന്ന് നിയന്ത്രിക്കാതെ.

*എഞ്ചിനിയറിങ്ങ് കോളേജിന്റെ മുറ്റത്ത് ജീപ്പോടിച്ചു വിദ്യാർത്ഥിനിയെ കൊലപ്പെടുത്തിയ സംഭവം.

2015 സെപ്റ്റംബർ

അനുപമ

നമുക്കൊരു മര്യാദയില്ല എന്നത് ആരും പറഞ്ഞുകേട്ട് മനസ്സിലാക്കേണ്ട കാര്യമില്ലെങ്കിലും കാണുന്ന സ്ഥലങ്ങളിൽ മുണ്ടു പൊക്കി മൂത്രമൊഴിക്കുന്നത് മര്യാദയാണോ അല്ലയോ എന്നത് ആരെങ്കിലും പറഞ്ഞു തരേണ്ടിവരും. മുണ്ടുപൊക്കി ശീലമുള്ള മലയാളികൾ പൊതുസ്ഥലത്ത് മൂത്രമൊഴിക്കരുത് എന്ന് നിയമം വന്നാൽ എന്തു ചെയ്യും? മൂത്രമൊഴിക്കാൻ മാത്രമല്ല മുണ്ടുപൊക്കുന്നത് എന്നറിയാവുന്നവർക്കറിയാം നിയമസഭയിലെങ്കിലും ഒരവസരം കിടപ്പുണ്ടെന്ന്. സ്ത്രീകളുടെ മാത്രം കഴിവുകളിൽ ഒന്നാണ് ഇരുപത്തിനാല് മണിക്കൂർ വരെ മൂത്രം പിടിച്ചുവെക്കുക എന്നത്. നിയമം വരുന്നതുകൊണ്ട് മദ്യശാലകളെക്കാൾ കൂടുതൽ മൂത്രശാലകൾ ഉണ്ടാകുമെന്നതും ആശ്വാസകരം തന്നെ. പക്ഷേ ഒരഭ്യർത്ഥന. ആണുങ്ങളുടെ മൂത്രപ്പുരക്കടുത്ത് പെണ്ണുങ്ങളുടെ മൂത്രപ്പുര വേണ്ടേ വേണ്ട. കോളാമ്പിയിൽ മൂത്രമൊഴിച്ചു പോകുന്നതല്ലാതെ വെള്ളമൊഴിക്കാനുള്ള മര്യാദയൊന്നും ആരും കാണിക്കാറില്ല. മാത്രമല്ല ഭിത്തികളിൽ എഴുതിവെക്കുന്ന തെറിവായിച്ച് പലരുടെയും വായിൽ പുണ്ണു പിടിക്കുകയും ചെയ്യുന്നു. എന്തായാലും മുട്ടുമ്പോളല്ല പുര കാണുമ്പോൾ തീർക്കാനുള്ളതാണ് മൂത്രശങ്ക എന്നത് നിയമപരമായിത്തീരട്ടെ. പെണ്ണുങ്ങളെകാണുമ്പോൾ 'വ്യാജേന' പൊക്കുന്നവർക്കും ഒരു പാഠമാകട്ടെ.

ഗവ. ഉദ്യോഗസ്ഥർക്ക് എട്ട് മാസം പ്രസവാവധി കൊടുക്കുമ്പോൾ ജോലിയില്ലാത്ത സാധാരണക്കാർക്ക് എത്രദിവസം അവധിയെടുക്കാൻ കഴിയുന്നുണ്ട് എന്നത് ആരോർക്കും. തലേദിവസം വരെ മണ്ണും കല്ലും ചുമന്ന് ഇപ്പോൾ വരാമെന്നുപറഞ്ഞുപോയി പ്രസവിച്ച് വളരെ ശാന്തയായി തിരിച്ചുവരുന്ന സാധാരണസ്ത്രീകൾ ധാരാളമുള്ള നാടാണ് നമ്മുടേത്. സമയമുണ്ടെങ്കിലും പോഷകാഹാരക്കുറവുമൂലം മുലയൂട്ടാൻ പാലില്ലാതെ വിഷമിക്കുന്ന ദരിദ്രരെ കാണാൻ ആർക്ക് കണ്ണുണ്ടാകും. നിയമം നല്ലതാണ്. എല്ലാവരേയും പരിഗണിക്കുന്ന നിയമം വരുന്നതാണ് ഒരു മര്യാദ. മൂക്കിൽ പല്ലുമുളക്കുമ്പോൾ മാത്രം ജോലി

കിട്ടുന്ന സംവിധാനമാണ് നമുക്കുള്ളത്. പെണ്ണുങ്ങളെ പ്രസവിപ്പിക്കാൻ വിടുന്ന പ്രായത്തിൽ ആർക്ക് ഇപ്പോൾ ജോലി കിട്ടും? രാഷ്ട്രീയക്കാരോ കൈക്കൂലി കൊടുക്കാനുള്ളവരോ മാത്രം ജോലിക്കുകയറുന്ന നാടായി മാറിക്കൊണ്ടിരിക്കുകയാണ് നമ്മുടേത്. മുപ്പത്തഞ്ച് വയസ്സാകുമ്പോൾ ജോലി കിട്ടുകയും വാർദ്ധക്യം ശമ്പളം വാങ്ങി തലങ്ങും വിലങ്ങും നടക്കുകയും ചെയ്യുന്ന ഒരു കൂട്ടം ഉദ്യോഗസ്ഥരെക്കൊണ്ട് നിറഞ്ഞിരിക്കുന്നു ഉദ്യോഗമണ്ഡലങ്ങളെല്ലാം. 18നും 35നും ഇടയിലുള്ള ഊർജ്ജസ്വലതയുടെ കാലം മുഴുവൻ തേരാപാര നടക്കുന്ന കാഴ്ചകൾ ആരു മറക്കും. ഉദ്യോഗത്തിന്റെ പ്രായപരിധി 25 ആക്കേണ്ടുന്നതിന്റെ ആവശ്യം മര്യാദപൂർവ്വം മാനിക്കേണ്ട സമയമായിരിക്കുന്നു.

പെണ്ണുങ്ങളെ വരച്ചവരയിൽ നിർത്താൻ വീടും കുടുംബവും തൊഴിലിടങ്ങളും റോഡും വാഹനവുമെല്ലാം ശ്രമിക്കുമ്പോൾ, ചുണക്കുട്ടിയായ ഒരു ഐ.എ.എസ്സുകാരി ഗവണ്മെന്റിന്റെ വിഷമുക്ത കേരളം എന്ന സ്വപ്നത്തെ സഫലമാക്കുന്നതിന് ഭക്ഷ്യസുരക്ഷാ കമ്മീഷണറായി ജോലി നോക്കുന്നത് പെണ്ണുങ്ങൾക്കു മാത്രമല്ല അഭിമാനം തോന്നുന്നത്. കിട്ടുന്ന കിമ്പളം വാങ്ങി മിണ്ടാതിരിക്കുന്നവരുടെ കൂട്ടത്തിലല്ല അനുപമ ഐ. എ.എസ്. ചങ്കൂറ്റമുള്ള പെണ്ണുങ്ങൾ ധാരാളമുണ്ട് നമ്മുടെ നാട്ടിൽ എന്നതിന് തെളിവാണ് അനുപമ. ഇതൊക്കെയാണെങ്കിലും സ്ത്രീകൾ ജോലി ചെയ്യുന്നതു കൊണ്ടാണ് നാട്ടിലെ തൊഴിലില്ലായ്മക്ക് കാരണമെന്നാണ് ഛത്തീസ്ഗഡിലെ വിദഗ്ദന്മാർ പറഞ്ഞത് ഞങ്ങൾ 'സാദരം' വായിച്ചു. പെണ്ണ് വിവർത്തനം ചെയ്താൽ കൃതിക്ക് വില കൊടുത്തും പെണ്ണിനെ വിലകെടുത്തിയും ഞെട്ടിച്ചതും മര്യാദകേടല്ലേ? അധ്യാപകരില്ലാത്ത സ്കൂളിൽ പഠിക്കാൻ വിധിക്കപ്പെട്ട പെൺകുട്ടികളും വന്ധ്യംകരണശസ്ത്രക്രിയക്ക് വിധേയരായ ആദിവാസി പുരുഷന്മാരുമെല്ലാം ഏതു മര്യാദയുടെ സൃഷ്ടികളാണ്. നായ്ക്കൾക്കും മനുഷ്യനും ഒരുപോലെ വന്ധ്യംകരണം പരീക്ഷിക്കാൻ മനസ്സുവരുന്ന മര്യാദരാമന്മാർ നമ്മുടെ നാട്ടിൽ നിറഞ്ഞു കവിഞ്ഞു. എന്തായാലും ഒന്നോർമ്മിക്കാതെ വയ്യ. നേരും നെറിയുമുള്ള സാധാരണക്കാർക്ക് ജീവിക്കാൻ പറ്റിയ സാഹചര്യമല്ല കേരളത്തിലുള്ളത്.

2015 ഒക്ടോബർ

നിയമത്തിന്റെ പ്രസക്തി

മൊബൈൽഫോണിന്റെ വരവ് ആണുങ്ങളെയെല്ലാം ബലാത്സംഗവീരന്മാരാക്കുന്നു എന്ന് ഒരു മന്ത്രി പറഞ്ഞാൽ അതിന് അപ്പീലില്ല. കാരണക്കാരാരാണെങ്കിലും നമ്മുടെ രാജ്യം ലോകത്തിനു മുന്നിൽ യശസ്സ് വർദ്ധിച്ച് പുളകം കൊണ്ടിരിക്കുകയാണ്. അകത്തുള്ളവർ പുറത്തെയും പുറത്തുള്ളവർ അകത്തെയും വാർത്തകൾ അറിയാത്തത് ഭാഗ്യം. രാജ്യത്ത് നടക്കുന്നതൊന്നും അളന്നുതിട്ടപ്പെടുത്തി പറയാൻ ഞാൻ ആളല്ല. നിരന്തരം കേന്ദ്രത്തിന്റെ മൂക്കിന് താഴെ ബലാത്സംഗങ്ങൾ നടന്നിട്ടും ഒന്നും ചെയ്യാനാകാതെ പശുവിറച്ചി തിന്നും തിന്നാതെയും തിന്നവരെ കൊന്നും കാലം കഴിക്കുകയാണ് സംസ്ഥാനങ്ങളെല്ലാം. രണ്ടര, ആറ്, പതിമൂന്ന്, പതിനെട്ട് എന്നീ പ്രായത്തിലുള്ള നിരവധികുട്ടികളെ ബലാത്സംഗത്തിനിരയാക്കി. രണ്ടുപൊടിക്കുഞ്ഞുങ്ങളെ ചുട്ടുകൊന്നു. ദലിതന്റെമേൽ പരാക്രമം. പതിമൂന്നു വയസ്സേയുള്ളൂവെങ്കിലും പെൺകുട്ടി പ്രതികരിച്ചു. പാവം ഒരു അഞ്ചുവയസ്സുകാരനെ മാത്രമേ അവർക്ക് കരുവാക്കാൻ കഴിഞ്ഞുള്ളൂ. പതിമൂന്നുകാരി പ്രതികാരം ചെയ്തത് പോലീസ് സ്റ്റേഷന്റെ മുന്നിൽ തൂങ്ങിമരിച്ചുകൊണ്ടാണ്. സ്ത്രീകളുടെയും കുട്ടികളുടെയും മനസ്സിൽ പ്രതികാരാഗ്നി ആളിക്കത്തിത്തുടങ്ങി എന്നുവേണം പറയാൻ. ഇന്തോനേഷ്യയിൽ കൊണ്ടുവന്ന പുതിയനിയമം ഇന്ത്യയിൽ എത്രയും വേഗം കൊണ്ടുവരണമെന്നാണ് എന്റെ അഭിപ്രായം. ''ബാലപീഡനം നടത്തുന്നവരെ ഷണ്ഡരാക്കുക'' എന്ന നിയമമാണ് കൊണ്ടുവരേണ്ടത്. അപ്പോൾ നമ്മുടെ രാജ്യത്ത് തെറ്റു ചെയ്ത് ഷണ്ഡത്തം ഏറ്റുവാങ്ങിയവർ നിറഞ്ഞു പോവും. അഭിമാനമില്ലാതെ ഇങ്ങനെ ജീവിക്കുന്നതിലും നല്ലത് അതുതന്നെയാണ്.

2015 നവംബർ

ശിക്ഷകളുടെ പോരായ്മ

കേരളത്തെ ഇത്രയധികം നാണം കെടുത്താൻ എങ്ങനെ മനസ്സുവന്നു നമ്മുടെ ജനനായകന്മാർക്ക്. ഒരു ഉളുപ്പുമില്ലാതെയല്ലേ പറയുന്നതും ചെയ്യുന്നതും നടക്കുന്നതുമൊക്കെ. എല്ലാം ഒന്നിനൊന്നുമെച്ചം! കള്ളുകച്ചവടവും കോഴവാങ്ങലും പെണ്ണുപിടുത്തവും എല്ലാം ഓരോരുത്തരും കുത്തകയാക്കി വെച്ചിരിക്കുകയല്ലേ. ഇതിനിടയിൽ അപമാനിക്കാനായി ഒരു സമത്വമുന്നേറ്റയാത്രയും ലിംഗസമത്വ കസർത്തും! പണ്ടൊക്കെ അധികാരം കിട്ടിക്കഴിഞ്ഞാൽ മാത്രം ചെയ്യുന്ന ഈ കാര്യങ്ങൾ ഇപ്പോളധികാരത്തിലെത്താനും ചെയ്യേണ്ടി വരുന്നു. കൊലപാതകരാഷ്ട്രീയം, പെണ്ണുരാഷ്ട്രീയം, സോളാർരാഷ്ട്രീയം, അഴിമതിരാഷ്ട്രീയം എന്നൊക്കെയല്ലാതെ ഏതെങ്കിലുമൊരു രാഷ്ട്രീയ പാർട്ടിക്ക് ജനക്ഷേമ രാഷ്ട്രീയമുണ്ടോ? ആർക്ക് ഏതൊക്കെ രാഷ്ട്രീയം എന്ന് എന്നെക്കൊണ്ട് പറയിപ്പിക്കേണ്ട! നടേശൻ മുതലാളിക്കു ഇങ്ങനെയൊരു 'അ'സമത്വമുന്നേറ്റയാത്ര നടത്തി സ്വയം ഇളിഭ്യനാകേണ്ട ആവശ്യമുണ്ടായിരുന്നോ? കാന്തപുരം മുസ്ലിയാർക്ക് താനടക്കമുള്ള ഹിമ്മത്തുള്ളവരുടെ പേക്കൂത്തുകൾ വെളിവാക്കുന്ന ലിംഗസമത്വ വാചകമടി നടത്തി ഉള്ള വില കളയേണ്ട ആവശ്യമുണ്ടായിരുന്നോ? ഇനി ഒരു സഖാവ് - ജാഥ നടത്തി പാർട്ടിയെ പിന്നാക്കം വലിക്കാതിരുന്നാൽ മതി. പുരോഗമനം പറയുന്നുണ്ടെങ്കിലും സഖാവ് വേണമെങ്കിൽ മുസ്ലിയാർ ക്ഷമപറഞ്ഞതുകൊണ്ട് വോട്ടു ചോദിച്ചേക്കും.

സോളാർ കത്തിപ്പടരുന്നത് മന്ത്രിമാരുടെ സിരകളിലും കീശയിലുമാണ്. റജീനമാർ തുറന്നുപറഞ്ഞെങ്കിൽ അവരുടെ കുഴപ്പം കൊണ്ടാണെന്നു പറയുന്നവരുടെ കുഴപ്പം എല്ലാവർക്കുമറിയാം. സ്ത്രീക്ക് പ്രസവിക്കുന്നതിനുള്ള അവയവം മാത്രം മതിയെന്നു പറയുന്നവരുടെ മനസ്സിലിരിപ്പും കയ്യിലിരിപ്പും എന്താണെന്ന് ആർക്കും അറിയാത്തതല്ല. ഇതിനിടയിൽ ചെയ്ത കുറ്റത്തിന് വേണ്ട ശിക്ഷ കൊടുക്കാത്തതുകൊ

ണ്ട് ആളുകൾ വീണ്ടും വീണ്ടും ഒരേ കുറ്റം ആവർത്തിക്കുന്നതു കാണുമ്പോൾ മുന്നേറ്റയാത്രയ്ക്ക് പകരം കയ്യേറ്റയാത്ര നടത്തിയാൽ മതിയെന്നു തോന്നിപ്പോവും. എല്ലാ ചപ്പുചവറുകളേയും തൂത്തുവാരി എറിയേണ്ട സമയം കഴിഞ്ഞു. നല്ലൊരു ചൂലു കിട്ടിയാൽ ചെയ്യാൻ കഴിയുന്ന കാര്യമേയുള്ളൂ. യോഗ്യതയുള്ളവരുടെ കയ്യിൽ ചൂലു കൊടുത്താൽ അതിനുപിന്നിൽ നിൽക്കാൻ പ്രതീക്ഷയുള്ളവരെല്ലാം തയ്യാറാവും.

2015 ഡിസംബർ

പിന്നേം ചങ്കരൻ തെങ്ങിൽ തന്നെ

2013 ൽ കേരളം ഏറ്റവും കൂടുതൽ ഞെട്ടാനിടയായ സംഭവമെന്താ യിരിക്കും? ആരുടേയൊക്കെ മുഖങ്ങളാണ് മനസ്സിൽ തെളിയുന്നത്. പുതുവർഷമായിട്ട് ഒന്നിനു പിന്നാലെ ഒന്നായി വരുകയാണ്. ചോദ്യങ്ങ ളും ഉത്തരങ്ങളും അല്ല പ്രധാനം. 2014 നമുക്ക് എങ്ങനെയായിരിക്കും എന്നുള്ളത് തന്നെയാണ്.

നേതാക്കന്മാരുടെ കടിപിടി കണ്ടുമടുത്ത കേരളത്തിന് നല്ലൊരു നേതൃനിര ഉണ്ടാവണം. മദ്യവും പെണ്ണുമില്ലാതെ ജീവിക്കാനാവാത്ത നേതാക്കന്മാരെ പടിക്കുപുറത്താക്കണം. മോഹന വാഗ്ദാനങ്ങൾ ന ൽകി വോട്ടുവാങ്ങി അധികാരത്തിലെത്തി കാറിടിപ്പിച്ചും കുഴിയിൽ വീഴ്ത്തിയും ഭൂമിതട്ടിയെടുത്തും പള്ളവീർപ്പിക്കുന്നവരെ പുച്ഛിച്ചു തള്ള ണം. ഭരണമെന്നാൽ അഴിമതിയാണെന്നു വിശ്വസിക്കുന്നവരെ നിലം പരിശാക്കണം. പൊതുമുതൽ തന്റേതുമാത്രമാണെന്നു വിശ്വസിക്കു ന്നവരെ ചൂലെടുത്തടിക്കണം. തനിക്കും തന്റെ കുടുംബക്കാർക്കും ശിങ്കിടികൾക്കും വേണ്ടി പദ്ധതികളെല്ലാം വിഭജിക്കുന്നവരെ കെ ണിവെച്ചു പിടിക്കണം. ഭരണപക്ഷത്തായിരിക്കുമ്പോഴും പ്രതിപക്ഷ ത്തായിരിക്കുമ്പോഴും നല്ല ഭരണം കാഴ്ചവെക്കുന്നവരെ ഭരിക്കാനനു വദിക്കാത്തവരെ കല്ലെറിയണം. ഭരണപക്ഷത്തും പ്രതിപക്ഷത്തും ഇരുന്ന് കൂട്ടുകൃഷി നടത്തുന്നവരെ വായുവിൽ പറത്തണം. ഇവ നടപ്പി ലായാൽ നല്ല നേതൃത്വനിരക്ക് സാധ്യതയേറും. അതല്ലെങ്കിൽ ഡൽഹി യിൽ സംഭവിച്ചതുപോലെ അഴിമതിയിൽ പരിചയമില്ലാത്ത ചെറുപ്പ ക്കാർക്ക് ഭരണം നൽകണം. എങ്കിൽ 2014 ജീവിക്കാൻ പ്രതീക്ഷ നൽ കുന്ന വർഷമായേക്കും. ആരു ഭരിച്ചാലും നിയമങ്ങൾ കർശനമാക്കാൻ കഴിഞ്ഞില്ലെങ്കിൽ പിന്നേം ചങ്കരൻ തെങ്ങിൽ തന്നെ.

ഇതൊന്നുമല്ലാതെ ഒരു വർഷം കൊണ്ടൊന്നും ഞെട്ടലുതീരാത്ത

സംഭവം ഇതാണ് : 'കോഴിക്കോട് നടക്കാവ് സ്കൂൾ' ഇന്റർനാഷണൽ സ്കൂളിന്റെ പദവിയിലെത്തി. പെൺകുട്ടികളുടെ പഠിപ്പിനും ബാഹ്യ മോടികൾക്കുമപ്പുറം ചുറ്റുപാടുകളും സാഹചര്യവും കൗമാരപ്രശ്ന ങ്ങളുമൊന്നും കൈകാര്യം ചെയ്യാൻ കഴിഞ്ഞില്ലെങ്കിൽ നടന്നിട്ടുള്ള തും നടക്കാൻ സാധ്യതയുള്ളതുമായ കാര്യം ഒളിച്ചോട്ടവും ആത്മഹ ത്യയും തന്നെയായിരിക്കും. നടക്കാവ് ഗേൾസിന്റെ ചരിത്രം എല്ലാ വർക്കും അറിയാം. ഇന്നത് പാടേ മാറിയിട്ടുണ്ട്, മാറ്റിയിട്ടുണ്ട്.

പെൺകുട്ടികളുടെ മാനസികാരോഗ്യം ശ്രദ്ധിക്കാൻ പദ്ധതികൾ ധാരാളമുണ്ടാവണം. കേവലം MSW കഴിഞ്ഞ ബാലികമാരെ കൗൺസി ലർമാരായി നിയമിക്കരുത്. എല്ലാ അധ്യാപകർക്കും പ്രത്യേക ട്രെയി നിംഗ് നൽകണം. ''ഓ, അവള് പ്രേമിക്കാനായിട്ട് വരുന്നതാ, അവള് പാരമ്പര്യമായി പോക്കാ'' തുടങ്ങിയവ പറയാതിരിക്കാനുള്ള മനക്കരു ത്തുള്ള അദ്ധ്യാപകർ ഉണ്ടാവണം. പിന്നൊന്നു കൂടി- സ്കൂളിൽ ഇന്റർ നാഷണൽ പദവിയിൽ പഠിച്ച് യൂണിഫോം ധരിച്ച് വീട്ടിലെത്തുന്നവ രുടെ പദവി കൂടി അന്വേഷിക്കണം. ഓലമറച്ച ഒറ്റമുറിയുടെ മൂലയിൽ വസ്ത്രങ്ങൾ ചുരുട്ടിവെച്ച്, അവശനായിരിക്കുന്നതോ മദ്യപിച്ച് കി ടക്കുന്നതോ ആയ അച്ഛന്റേയും ഇളയവരുടേയുമരികിൽ ഭക്ഷണം കൊണ്ടുവരുന്ന അമ്മയെ കാത്തിരിക്കുന്ന കുട്ടിക്ക് അയൽക്കാരന്റെ കഴുകൻ കണ്ണുകളിൽനിന്ന് രക്ഷപ്പെടാൻ കഴിഞ്ഞെന്നുവരില്ല. ആശ്വാ സത്തിനു വേണ്ടി തക്കം പാർത്തിരിക്കുന്ന ഒരു ഓട്ടോഡ്രൈവറുടേയോ ബസ് ക്ലീനറുടേയോ വലയിൽ പെട്ടെന്നുവരാം. ഇതെല്ലാം എന്തുകൊ ണ്ടെന്ന് അറിയാൻകഴിയാതെ, കാണാൻകഴിയാതെ, സ്കൂൾ പദവി ഉയർത്തുന്നത് ഉയർന്ന പദവിയുള്ളവർക്ക് സാഹചര്യങ്ങൾ ഒരുക്കാൻ വേണ്ടി തന്നെയാണ്. യാതൊരു സംശയവുമില്ല. ഞാൻ ഞെട്ടിക്കൊ ണ്ടേയിരിക്കും.

2014 ജനുവരി

തെരഞ്ഞെടുപ്പ്

തെരഞ്ഞെടുപ്പ് തന്നെ ഒരു വിഷയമാണ്. ഈ വിഷയത്തിന്മേൽ അഭിപ്രായം പറയാനും തെരഞ്ഞെടുക്കാനും സ്വാതന്ത്ര്യമുണ്ട്. പക്ഷേ ബുദ്ധിമോശം വന്നിരിക്കുന്ന കുറേ നേതാക്കളിൽ ആരെ തെരഞ്ഞെടുക്കുമെന്നൊരു ശങ്കയുണ്ട്. വഴിതെറ്റിക്കുന്ന തരത്തിൽ പ്രസ്താവനകൾ നടത്തുകയും ഗിന്നസ്ബുക്കിൽ കയറാൻ തക്ക നുണ വാഗ്ദാനങ്ങൾ നിറഞ്ഞ പ്രകടനപത്രിക ഇറക്കുകയും ചെയ്താൽ നന്മനിറഞ്ഞ ജനം എന്തുചെയ്യും? എല്ലാവരും കള്ളന്മാരും എല്ലാവരും നല്ലവരും ആയാൽ ജനം കുഴഞ്ഞതുതന്നെ. എന്തൊക്കെയോ തിരിച്ചറിഞ്ഞു എന്ന് അഹങ്കരിച്ചിരുന്ന ജനത്തിന്റെ മണ്ടയ്ക്കു കൊടുത്ത അടിയല്ലേ വി.എസ്. സഖാവിന്റെ മലക്കം മറിച്ചിൽ. നേരും നെറിവുമുള്ള ആരെയെങ്കിലും ജയിപ്പിക്കണമെന്ന ജനത്തിന്റെ ആഗ്രഹം നടക്കാത്ത സ്വപ്നം തന്നെ. സ്വന്തം കുടുംബത്തേക്കാൾ, പാർട്ടിയേക്കാൾ വില മനുഷ്യനു നൽകുന്ന ആരെങ്കിലുമുണ്ടെങ്കിൽ അവർക്കു വേണം വോട്ടു കൊടുക്കാൻ. ജനങ്ങൾ മുഴുവൻ വിശ്വസിക്കുന്ന ഒരു കാര്യം എനിക്കറിയാം. 'ആരു ജയിച്ചാലും തങ്ങൾക്കൊന്നുമില്ല. എല്ലാം കണക്കാ'- ഇതാണാ അറിവ്. എന്നിരുന്നാലും തങ്ങൾക്ക് ഒരു റോഡോ, പാലമോ (പിന്നീട് വലിക്കാത്ത) തന്ന ആൾക്ക് വോട്ടുകൊടുക്കാൻ അവർ തയ്യാറാണ്. മറ്റൊരു സത്യം കൂടി പറയാതിരിക്കാൻ വയ്യ. നേതാക്കന്മാരുടെ എല്ലാവരുടേയും എല്ലാകാര്യങ്ങളും ജനങ്ങൾക്കറിയാം. ഒരു പത്രസമ്മേളനം കൊണ്ട് മായ്ച്ചു കളയാവുന്ന ഒന്നല്ല അത്. എനിക്കാശംസിക്കാനുള്ളത് പണമുള്ള പാർട്ടികൾ ജയിക്കട്ടെ എന്നല്ല്. അത് ആദ്യം വാരിയെറിയാൻ പറ്റുന്ന പാർട്ടികൾ ജയിക്കട്ടെ എന്നാണ്. ജനം കൂറുള്ളവരാണ്. വോട്ടു ചെയ്യുന്നതിലും അവരാ നെറിവ് കാണിച്ചിരിക്കും.

2014 ഏപ്രിൽ

മതം പഠിപ്പിക്കാൻ സ്ത്രീ

മാനസികാരോഗ്യകേന്ദ്രങ്ങളിലെ രോഗികളെ ബി.പി.എല്ലിൽ നിന്നും എ.പി.എല്ലിലേക്കു മാറ്റിയ സർക്കാർ നടപടിയെ എങ്ങനെ നോക്കിക്കാണണം. അഴിമതികാട്ടിയും കൈക്കൂലി വാങ്ങിയും കോടികൾ സമ്പാദിക്കുമ്പോഴും ഇവർക്ക് സംസ്ഥാനത്തിന്റെ സാമ്പത്തിക സുരക്ഷിതത്വം ഇതുപോലെ പിച്ചച്ചട്ടിയിൽ കൈയ്യിട്ടുവാരിയാൽ മാത്രമേ നടക്കൂ എന്നുണ്ടോ? മൂക്കുമുട്ടെ തിന്ന് എ.സി കാറുകളിൽ മലർന്ന് കിടന്ന് ലോകത്തെ പുച്ഛത്തോടെ നോക്കി യാത്ര ചെയ്യുന്ന ഇവർക്ക്, സ്വന്തം തെറ്റുകൊണ്ടല്ലാതെ മനോനില തെറ്റി ആരും നോക്കാനില്ലാതെ കിടക്കുന്ന രോഗികളുടെ റേഷൻതന്നെ വെട്ടിക്കുറയ്ക്കണമായിരുന്നു. മാനസികാരോഗ്യകേന്ദ്രങ്ങളിലെ അന്തേവാസികൾക്ക് ഒരു മാസക്കാലത്തേക്ക് മൂന്നരക്കിലോ അരിയും ഒന്നരക്കിലോ പഞ്ചസാരയും ആക്കി വെട്ടിക്കുറച്ചതിലെ മനുഷ്യത്വരഹിത നടപടിയെക്കുറിച്ച് ഒന്നും പറയാനില്ലേ. സമ്പത്തിന്റേയും ആഡംബരത്തിന്റേയും പുളപ്പിൽ വെറളിപിടിച്ചു നടക്കുമ്പോൾ ഇതൊന്നും കാണാൻ കണ്ണില്ലെന്നാണോ?.

മനുഷ്യനല്ല പാർട്ടിയാണ് വലുതെന്ന് പറയുന്നവരും മതമാണ് വലുത് മനുഷ്യനല്ല എന്നുപറയുന്നവരും കൈകോർത്തു നീങ്ങുമ്പോൾ പടച്ചവൻതന്നെ അവരെ തുരത്താനുള്ള വഴി കണ്ടെത്തിയില്ലെങ്കിൽ ജനങ്ങൾതന്നെ വഴി കണ്ടെത്തും. പള്ളിയിലച്ചന്മാർക്ക് പെണ്ണുകെട്ടാനുള്ള അനുവാദം കൊടുത്താൽ 9 വയസ്സുകാരിയെ പീഡിപ്പിച്ചതു പോലുള്ള സംഭവങ്ങളുണ്ടാവില്ല എന്നൊന്നും കരുതാനാവില്ല. പള്ളികളിലും ഓത്തുപള്ളിക്കൂടങ്ങളിലുമൊക്കെ പെൺകുട്ടികളെ പഠിപ്പിക്കാൻ സ്ത്രീകൾ തന്നെയാണെങ്കിൽ മാതാപിതാക്കന്മാർക്ക് കുറച്ചു സമാധാനിക്കാം. നിർബന്ധമായും ഇത്തരം ഇടങ്ങളിൽ സ്ത്രീകൾ തന്നെ പഠിപ്പിക്കട്ടെ. ഡോക്ടറായ സഹോദരൻ കുഞ്ഞുസഹോദരിയെ പീഡിപ്പിച്ച കഥയും ആരും മറക്കില്ല. ഒരു വീട്ടിൽ സഹോദരന്റേയും

സഹോദരിയുടേയും ഇടപെടലുകളിൽ സംശയത്തിന്റെ വിത്തു പാകാൻ കഴിയില്ലല്ലോ. പെൺകുട്ടികളെ അടുത്തറിയാനും എന്നും അവരുടെ കാര്യങ്ങൾ ചോദിച്ചറിയാനും കഴിഞ്ഞാൽ ഒരു പരിധിവരെ പ്രശ്നങ്ങൾ നേരത്തെ മനസ്സിലാക്കാനാകും. ഇതിലുമൊക്കെ എളുപ്പം ആൺകുട്ടികളെ വളർത്തുമ്പോൾ സ്ത്രീകളെ ബഹുമാനിക്കാൻ പഠിപ്പിക്കുക തന്നെയാണ്. അതിന് ആദ്യം അച്ഛൻ അമ്മയെ ബഹുമാനിക്കണം. അതു കണ്ട് മകൻ അമ്മയേയും സഹോദരിയേയും ചുറ്റുമുള്ള സ്ത്രീകളേയും ബഹുമാനിക്കാൻ പഠിക്കട്ടെ. അപ്പോൾ നമുക്ക് മുലകളിലേക്ക് തുറിച്ചു നോക്കുന്ന ആൺമക്കളെയല്ല, അമ്മിഞ്ഞപ്പാലിന്റെ മാധുര്യം നിറഞ്ഞ ചിരിയുള്ള ആൺമക്കളെ വളർത്താനാകും. അമ്മമാർ മാത്രം വിചാരിച്ചാൽ നടക്കുന്ന ഒന്നല്ല ഇത്. അച്ഛന്മാർ ശ്രദ്ധിക്കാത്ത എല്ലാ ആൺകുട്ടികളും തുറിച്ചു നോട്ടക്കാരായേ വളർന്നുവരൂ.

2014 മേയ്

തിരിച്ചടി

ജനം കഴുതയാണെന്ന ആപ്തവാക്യം തിരുത്തിയെഴുതുന്ന പാലർമെന്റ് തെരഞ്ഞെടുപ്പുഫലമാണ് ഇത്തവണയുണ്ടായത്. ഭരിച്ചു നാടുമുടിച്ച ആദ്യത്തെ ഗവൺമെന്റായിരുന്നിരിക്കണം ഇക്കഴിഞ്ഞ ഗവൺമെന്റ്, ഭരണത്തിനു പകരം പേക്കൂത്തു നടത്തിയ പാർട്ടിയുടെ പത്തിയല്ലേ ജനം അടിച്ചുതകർത്തത്. തൊഴിലാളി വർഗ്ഗത്തെ വിറ്റകാശുകൊണ്ട് തീർന്നുവീർത്തവന്മാരുടെ പള്ളക്കും കുത്തിയില്ലേ ജനം. ഇനിയെങ്കിലും മനുഷ്യരെപ്പോലെയായാൽ അവർക്കു കൊള്ളാം. എനിക്കേറ്റവും ഇഷ്ടപ്പെട്ടത് അഹങ്കാര ഗർജ്ജനങ്ങളുടെ കടപുഴകലുകൾ തന്നെ. കുറേപ്പേർക്കു ശബ്ദം തന്നെയില്ലാതായി. കേരളത്തിൽ കോൺഗ്രസ് ജയിച്ചെങ്കിൽ അത് അവരുടെ കേമത്തം കൊണ്ടല്ല. അച്യുതൻ സഖാവിന്റെ ച്യുതിയില്ലാത്ത നേരിന്റെ കൂടെ നിന്ന ജനം തങ്ങളുടെ കക്ഷത്തിലാണ് എന്ന് ഇടതു കരുതിയെങ്കിൽ അതും തെറ്റി. പഴയ തിരുത്തലുകളും വെട്ടലുകളുമെല്ലാം മറന്ന് ജനം മൂത്ത സഖാവിന്റെ കൂടെക്കൂടിയത് സ്ത്രീപ്രശ്നത്തിൽ ഇടപെടുന്ന, പ്രകൃതിയെ പരിലാളിക്കുന്ന, അടിസ്ഥാനവർഗ്ഗത്തിനെ സപ്പോർട്ടു ചെയ്യുന്ന അസന്തുള്ള സഖാവായി തോന്നിയതുകൊണ്ടാണ്. രമ പക്ഷത്തുനിന്ന് കൂറുമാറിയപ്പോഴേ ജനത്തിനു മനസ്സിലായി കാലുവാരാൻ ആരും മോശമല്ല എന്ന്.

ഭയപ്പെടുന്നതൊക്കെ സംഭിവിക്കുമോ എന്ന ആശങ്കയോടെയാണെങ്കിലും പുതിയ ഭരണം എന്തൊക്കെ നൽകുമെന്ന് കാത്തിരിക്കുകയാണ് ഇന്ത്യയൊന്നാകെ. ഇത്രയും കാലം യോഗ്യതയുള്ളവർ ഭരിച്ചിട്ട് എന്തുസംഭവിച്ചു.? നടിയായ, വിദ്യാഭ്യാസം കുറഞ്ഞ, പെൺ മന്ത്രി (സ്മൃതി ഇറാനി) ഭരിച്ചാൽ അത്ര തന്നെ സംഭവിക്കാൻ സാധ്യതയില്ല. ഇത്രയും പെൺമന്ത്രിമാരെ മന്ത്രിസഭയിലെടുത്തത് പെൺ സപ്പോർട്ടിനു

വേണ്ടി കൂടിയായിരിക്കണം. സ്ത്രീകളെ രാഷ്ട്രീയം പഠിപ്പിക്കുന്ന കേരളത്തിലെ പാർട്ടികൾ ശരിയായി പഠിപ്പിക്കാൻ കഴിയാതെ പോകുന്നവരാണല്ലോ. സിന്ധുജോയിയുടേയും ശോഭനാജോർജ്ജിന്റേയും ചാനൽ കരച്ചിൽ മനസ്സിൽ നിന്നു മാഞ്ഞുപോവാത്തതു തന്നെ. അധികാരമോഹം വളർത്താനല്ലാതെ, അണികളിൽ സേവന സന്നദ്ധത വളർത്താൻ നേതൃത്വത്തിന് കഴിയുന്നില്ല എന്നത് സത്യം, മോദി ഭരണത്തെ ആകാംക്ഷയോടെ നോക്കിക്കാണുന്ന ഈയുള്ളവൾ രാമരാജ്യം സ്ഥാപിച്ച് രാമക്ഷേത്രം പണിയാൻ പ്രധാനമന്ത്രി വ്യഗ്രതകാണിക്കില്ലെന്ന് വിശ്വസിക്കുകയാണ്. മനുഷ്യനാണോ മതമാണോ വലുതെന്നും ചിന്തിക്കേണ്ട കാലമായിരിക്കുന്നു. മതവും രാഷ്ട്രീയവും കൂടിക്കലർന്നാലുണ്ടാകുന്ന വിസ്ഫോടനത്തെ അടുത്ത മഹായുദ്ധമായി കാണാനേ കഴിയുന്നുള്ളൂ.

2014 ജൂൺ

ബലാത്സംഗം

കേരളം ധാരാളിത്തത്തിന്റെ വഴിയിൽ തന്നെയാണ്. മന്ത്രിമാരുടെ പേഴ്സണൽ സ്റ്റാഫിനു വരുന്ന ചെലവു കണ്ട് കേരളത്തിന്റെ വളർച്ച തന്നെ മുരടിച്ചിട്ടുണ്ടാവും. മുഖ്യമന്ത്രി ഇനി എത്ര ഓടിയാലും കേരളം വളരാൻ പോകുന്നില്ല. ഇല്ല എന്നു തീർത്തു പറയാൻ വയ്യല്ലോ. മോഷണത്തിലും മദ്യപാനത്തിലും സ്വർണ്ണക്കടത്തിലും മനുഷ്യക്കടത്തിലും വിലക്കയറ്റത്തിലും കൊള്ളപ്പലിശയിലും മറ്റും വളർന്ന് വളർന്ന് കേരളം മാനം മുട്ടി നിൽക്കുന്നു. എനിക്കിപ്പോ മുട്ടിപ്പായി പ്രാർത്ഥിക്കാനുള്ളത് ഒന്നുമാത്രം. യു.പിയിലും മുംബൈയിലും ഡൽഹിയിലുമൊക്കെ കൂട്ടമായി ബലാത്സംഗം നടക്കുന്നത് നമ്മുടെ കേന്ദ്രമന്ത്രിമാരുടേയും വിശിഷ്ട്യ പ്രധാനമന്ത്രിയുടേയും കണ്ണിൽപെടാത്തത് എന്തുകൊണ്ടാണെന്നാണ്. ക്രൂരമായ ജാതിവ്യവസ്ഥ നിലനിൽക്കുന്ന സംസ്ഥാനങ്ങളിലൊക്കെ കൂട്ടമായിത്തന്നെ പെൺകുട്ടികളെ ബലാത്സംഗത്തിനിരയാക്കുന്നുണ്ട്. വികസനത്തിലും പുരോഗതിയിലും വിശ്വസിക്കുന്ന ഗവൺമെന്റാണെന്നതുകൊണ്ട് സത്രീകളനുഭവിക്കുന്ന ഈ ക്രൂരതക്കു മേൽ എന്തെങ്കിലും നടപടിയുണ്ടാകുമെന്ന് ഞങ്ങളും വിശ്വസിക്കുകയാണ്. കാര്യം കാണാൻ പുകഴ്ത്തിപ്പറയുന്ന കേരള മന്ത്രിമാരുടെ രോഗം ഞങ്ങൾക്കു പകർന്നിട്ടില്ല എന്നതും സത്യം. എല്ലാ സ്ത്രീകൾക്കും വിദ്യാഭ്യാസവും ബോധവത്ക്കരണവും അക്രമികൾക്ക് തക്കതായ ശിക്ഷയും കിട്ടുന്നതു കാണാൻ ഞങ്ങൾ കാത്തിരിക്കുന്നുമുണ്ട്. സ്ത്രീസുരക്ഷയും ഒരു ഗവൺമെന്റിന്റെ ഉത്തരവാദിത്തമാണ് എന്നതും ഞങ്ങളോർമ്മിപ്പിക്കുന്നു.

കേരളത്തിനു പിന്നെ യു.പിയിലേതു പോലൊരു സംസ്കാരമൊന്നുമില്ല എന്നതാശ്വാസം. അച്ഛനും സഹോദരന്മാരും കൂട്ടുകാരും ചേർന്നങ്ങ് ഉപയോഗിക്കുന്ന സംസ്ക്കാരമേ കേരളത്തിനുള്ളൂ. മനസ്സാക്ഷിയുള്ളവരുണ്ടെങ്കിൽ പരാതിപ്പെടാം എന്നുമാത്രം. മനസ്സാക്ഷി

പോയി മനസ്സാക്ഷിക്കുത്തുപോലും ആർക്കും ഉണ്ടാകാനിടയില്ലെന്നും അറിയാം. മറ്റു സംസ്ഥാനങ്ങളിൽനിന്ന് കുട്ടികളെ കൊണ്ടുവന്ന മനുഷ്യക്കടത്തും കേരളത്തിൽനിന്ന് പെൺകുട്ടികളെ കയറ്റിയയക്കുന്ന പുതിയ ഒരേർപ്പാടും കേരളത്തിൽ തുടങ്ങിയിട്ടുണ്ടെന്നുള്ളത് നമ്മുടെ വളർച്ചയെത്തന്നെയല്ലേ കാണിക്കുന്നത്. ഇനിയും എത്രദൂരം നമ്മൾ വളരാനുണ്ട്? കാത്തിരുന്നു കാണുക തന്നെ.

2014 ജൂലൈ

ശ്വേതാമേനോന്റെ പ്രസവം

വല അവാർഡുകളും നൽകിക്കൊണ്ടിരിക്കെ കേരള ഗവൺമെന്റ് പുതിയൊരു അവാർഡു പ്രഖ്യാപനവുമായി രംഗത്തെത്തിയിരിക്കുകയാണ്. കൂട്ടബലാത്സംഗത്തിനിരയാകുന്ന സ്ത്രീകൾക്ക് ഒന്നര ലക്ഷം മുതൽ രണ്ടര ലക്ഷം വരെ ക്യാഷ് അവാർഡ് നൽകുന്നു എന്നതാണ് പ്രഖ്യാപനം. കൂട്ടബലാത്സംഗം നടത്തുന്നവർക്ക് കഠിനശിക്ഷ നൽകുമെന്നും വാർത്ത കണ്ടു. (ഒറ്റയ്ക്കൊറ്റക്ക് ചെയ്താൽ ശിക്ഷ അത്ര ലഭിക്കില്ല പോലും.) സ്വന്തം മോൾക്ക് വരുമ്പോഴേ വിവരം അറിയൂ എന്നൊക്കെ പറഞ്ഞു പറഞ്ഞ് പീഡനക്കേസുകളിൽ അച്ഛനും ആങ്ങളയും അമ്മാവനും അച്ചാച്ചനും മൂത്തച്ഛനും മാത്രമല്ല കുടുംബത്തിനകത്തും പുറത്തും ഉള്ള എല്ലാ പുരുഷന്മാരും പീഡിപ്പിച്ച കഥയാണ് പുറത്തുവരുന്നത്. വിദ്യാർത്ഥികളൊന്നിനെ തൊട്ടപ്പോൾ വിദ്യാർത്ഥികൾ ആൺപെൺ ഭേദമില്ലാതെ രംഗത്തെത്തിയതുപോലെ വീട്ടമ്മമാർക്കു വേണ്ടി ആരെങ്കിലും ഇറങ്ങാറുണ്ടോ? എങ്ങനെ പീഡനങ്ങൾ കുറക്കാം എന്ന ചർച്ചകൾ എവിടെയും നടന്നുകൊണ്ടിരിക്കുകയാണ്. സ്ത്രീകൾ പുരുഷന്മാരുടെ മുൻപിൽ പ്രത്യക്ഷപ്പെടാതെ ഒളിച്ചുകഴിയുന്നതാണ് പോംവഴി എന്ന് എല്ലാവരും ഉറക്കെ ചിന്തിക്കുന്നു.

ഒരു കുടിയേറ്റ ഗ്രാമത്തിലെ പള്ളിവികാരി സ്ത്രീകൾക്ക് താക്കീതുകൊടുത്ത വിവരം അറിയാനിടയായി. തലമൂടി പള്ളിയിൽവരണം. സാരിയല്ലാതെ മറ്റൊന്നും സ്ത്രീകൾ ധരിക്കാൻ പാടില്ല. ഫാഷൻ ഡ്രസ്സുകൾ പെൺകുട്ടികൾ അണിയാൻ പാടില്ല എന്നിങ്ങനെ പോകുന്നു നിർദ്ദേശങ്ങൾ. എല്ലാ ബലാത്സംഗങ്ങളും പീഡനങ്ങളും പെണ്ണുകാരണമാണ് എന്ന ചിന്ത തലയിലോടുന്ന വിഡ്ഢികളുടെ ഇടയിൽ ജീവിക്കേണ്ടി വരുന്നത് ഖേദകരം തന്നെ. നഗ്നത കണ്ടാൽ കേറിപ്പിടിക്കുന്ന സംസ്ക്കാരമാണ് പുരുഷന്റേത് എന്നു വിശ്വസിക്കാൻ തോന്നുന്നില്ല. ഇതാണ് തങ്ങളുടെ സംസ്ക്കാരമെന്ന് വിളിച്ചറിയിക്കലല്ലേ ശ്വേതാമേ

നോന്റെ പ്രസവവുമായി ബന്ധപ്പെട്ട ചർച്ചകളിൽ ചിലരുടെ ഗീർവാണങ്ങൾ. സ്വഭാവഗുണവും അടക്കവും ഒതുക്കവും നല്ല വസ്ത്രധാരണവുമൊക്കെയുള്ള സ്ത്രീകളെ ബലാത്സംഗവീരന്മാർ വെറുതെ വിടാനാണ് സാധ്യത. കടുത്തശിക്ഷ കൊടുത്താൽ അതൊരു മാതൃകയാകും എന്നൊന്നും വിശ്വസിക്കുവാൻ ഞങ്ങൾ തയ്യാറല്ല. സംസ്ഥാനങ്ങൾ സ്ത്രീയുടെ സുരക്ഷക്കുവേണ്ടി നടപടി എടുക്കണം എന്ന് പ്രധാനമന്ത്രി പറയുന്നിടത്താണ് കേരളത്തിന്റെ വൈരുദ്ധ്യം മുഴച്ചു നിൽക്കുന്നത്. ഇവിടെ വ്യവസായമായി മാറിയത് അദ്ദേഹം അറിയാഞ്ഞിട്ടാവാം. സ്ത്രീകൾ ഒറ്റക്കെട്ടായി രംഗത്തെത്തിയാൽ (ഭിന്നിപ്പിക്കാൻ മുന്നിലും പിന്നിലും ആളുണ്ടെന്നോർക്കണം) ഇത്തരക്കാരെ തുരത്താൻ കഴിഞ്ഞേക്കും. അഭിനയിക്കാൻ പോയ പെൺകുട്ടിയെ പീഡിപ്പിച്ചു കൊന്നപ്പോൾ അഭിനയമോഹമാണ് കാരണമെന്ന് പറഞ്ഞ ജനത്തോട് ഒരു ചോദ്യം? ട്രെയിൻ യാത്രയോ ബസ് യാത്രയോ ആണോ കാരണം? എം.ബി.ബി.എസ് മോഹമാണോ കാരണം?

2013 ജനുവരി

അത്തിപ്പാറ

പെണ്ണിന്റെ നീതിയെക്കുറിച്ചും അവകാശങ്ങളെക്കുറിച്ചും സ്വാതന്ത്ര്യത്തെക്കുറിച്ചും പറയാൻ അവകാശമാർക്കാണ്? വീടിനകത്തിരിക്കാൻ ഒരു കൂട്ടർ പറയുമ്പോൾ, പുറത്തിറങ്ങാൻ മറ്റൊരു കൂട്ടർ. അകത്തിരുന്നാലും പുറത്തിറങ്ങിയാലും ബലാത്സംഗത്തിന് വേറൊരു കൂട്ടർ. സ്ത്രീയെ യഥേഷ്ടം ഉപയോഗിക്കാനുള്ളതാണെന്ന മിഥ്യാധാരണയിൽ ചിലരൊക്കെ സ്ത്രീപുരുഷ സമത്വമെന്നത് പ്രകൃതിവിരുദ്ധമാണെന്ന് വിളിച്ചുകൂവുന്നുമുണ്ട്. അമ്മയുമച്ഛനും മാത്രം പറയുന്നത് അനുസരിച്ചാൽ പെണ്ണുങ്ങൾക്ക് ഈ ഗതി വരില്ല എന്നു കരുതുന്നവരുമുണ്ട്, മാതാപിതാക്കളെ അനുസരിക്കുന്ന ആൺമക്കളുണ്ടായാൽ തന്നെ നാടുനന്നാവാൻ മറ്റെന്തെങ്കിലും വേണോ? അനുസരിക്കാത്ത പെണ്ണിനെ പിഴപ്പിക്കാം എന്ന മനോഭാവം തന്നെ മാറിയാൽ നന്ന്.

ഞങ്ങളുടെ നാട്ടിൽ (കോഴിക്കോട്) അത്തിപ്പാറ എന്നൊരു സ്ഥലമുണ്ട്. അത്തിപ്പാറ ചെത്തിപ്പാറയായതിനു പിന്നിൽ കുറെ കഥകളൊന്നുമില്ല. ഒരു ഭാര്യയും ഭർത്താവും മാത്രമാണ് അതിലെ കഥാപാത്രങ്ങൾ. ഭർത്താവ് മറ്റു സ്ത്രീകളെയും പെൺകുട്ടികളെയും സ്വന്തം അനുജത്തിയെയും മക്കളെയും തന്നെ ലൈംഗികോപയോഗത്തിന് ശ്രമം തുടങ്ങിയപ്പോൾ നിവർത്തികെട്ട് ഭാര്യ ഭർത്താവിന്റെ ലിംഗം തന്നെ ഛേദിച്ചു. തുന്നിപ്പിടിപ്പിച്ച ലിംഗവുമായി ഭർത്താവും മനഃസമാധാനത്തോടെ ഭാര്യയും കഴിഞ്ഞുപോരുന്നു. അന്നുമുതൽ അത്തിപ്പാറ എന്ന പേരുപോലും ജനങ്ങൾ മറന്നു എന്നതാണ് സത്യം. ചെത്തിപ്പാറയിലെ സംഭവം ആവർത്തിക്കണമെന്ന് ഞാൻ പറയില്ല. പക്ഷെ അത്രയും ധൈര്യമുള്ള ഭാര്യമാരും അമ്മമാരും സഹോദരിമാരും പെൺമക്കളുമുണ്ടായാൽ മതി എന്നു ഞാൻ പറയും. എന്തൊക്കെ ചെയ്താലും നാലുകൈയും നീട്ടി സ്വീകരിക്കേണ്ടവരല്ല സ്ത്രീകൾ. ഇരകൾ

വിശ്രമിക്കട്ടെ. ഭർത്താവിനെയും അച്ഛനെയും സഹോദരനേയും മകനേയും സ്ത്രീസൗഹാർദ്ദത്തിലേക്കു കൊണ്ടുവന്നാൽ ഓരോ പെണ്ണിനും ശരീരത്തെ ഭയക്കാതെ കിടന്നുറങ്ങാം, സഞ്ചരിക്കാം, പുറത്തിറങ്ങാം, തൊഴിൽ ചെയ്യാം. നിയന്ത്രിക്കാനാകാത്ത പുരുഷ ലൈംഗികതകളും നിയന്ത്രിതമായ സ്ത്രീയുമുള്ളിടത്തോളംകാലം ഇതിവിടെ തുടർന്നുകൊണ്ടേയിരിക്കും. കരുത്തുനേടുകയും ശക്തി തിരിച്ചറിയുകയും ചെയ്താൽ നമുക്ക് രക്ഷപ്പെടാം. അല്ലാതെ കുറച്ചാളുകളെ വിളിച്ചുകൂട്ടി ഷോ നടത്തിയാലോ പെണ്ണുങ്ങളുടെ വസ്ത്രധാരണത്തെക്കുറിച്ച് ബോധമില്ലാതെ പറഞ്ഞതുകൊണ്ടോ ഇവിടെ യാതൊരു മാറ്റവും നടക്കാൻ പോകുന്നില്ല. നാടിളക്കി സമരം ചെയ്തിട്ടും കൂട്ടബലാത്സംഗങ്ങൾ കൂടിവരുന്നതേയുള്ളൂ. അതുകൊണ്ടാണ് ഇതിനുള്ള പ്രതിവിധി സ്ത്രീകൾ തന്നെ കാണണം എന്നുപറയുന്നത്. അഭിമാനത്തോടെ ജീവിക്കാനുള്ള അവകാശത്തിനുവേണ്ടി 'ചെത്തിപ്പാറ'കൾ ആവർത്തിക്കേണ്ടിവന്നാലും.

2013 ഫിബ്രവരി

പറയേണ്ടത് പറയാതിരിക്കുമ്പോൾ

സ്ത്രീപീഡനങ്ങൾക്കും ബലാത്സംഗങ്ങൾക്കും ന്യായീകരണങ്ങൾ കണ്ടെത്തുന്ന നാടാണ് നമ്മുടേത്. നാടുതിരിച്ചും ജില്ല തിരിച്ചും സംസ്ഥാനം തിരിച്ചും പീഡനകഥകൾ വളച്ചൊടിച്ച് പറയാൻ നമുക്ക് ഒരു പ്രത്യേക കഴിവാണ്.

എല്ലാ പീഡനപരമ്പരകൾക്കുമൊടുവിൽ ജനം കണ്ടെത്തുന്ന കാരണങ്ങൾ ഒന്നുതന്നെ. പെണ്ണിന്റെ ആഭാസവേഷവും ജീവിതവും തന്നെ. ഡൽഹി സംഭവത്തോട് (ആദ്യസംഭവം) തീവ്രമായി പ്രതികരിച്ച ജനങ്ങളെ ദിവസവും പാഠംപഠിപ്പിക്കാൻ ശ്രമം നടന്നുവരികയാണ്. ദിവസവുമെന്നോണം പീഡിപ്പിക്കപ്പെടുന്ന കുട്ടികളുടെ കഥകേട്ട് കാമവെറിയൻമാരുടെ വെറി ഏറുകമാത്രമേ ചെയ്യുന്നുള്ളൂ. പീഡനകഥകൾ ഒട്ടേറെ രൂപത്തിൽ വന്നു കഴിഞ്ഞ കേരളത്തിലാകട്ടെ കാമം മുട്ടി വീട്ടിനുള്ളിൽ കയറി കുട്ടിയെ എടുത്തുകൊണ്ടോടുന്ന അവസ്ഥയാണ് ഇന്നുള്ളത്.

പെണ്ണ് പുറത്തിറങ്ങുന്നതുകൊണ്ടും, വസ്ത്രം ധരിച്ചിട്ടും ധരിക്കാഞ്ഞിട്ടുമാണ് ആണുങ്ങൾ കുറ്റകൃത്യം ചെയ്യുന്നത് എന്ന് പറയുന്നവരുടെ വികാരങ്ങൾ പങ്കുവെക്കുവാനും ആണുങ്ങളെ മര്യാദക്കാരാക്കാനും നടത്തുന്ന ശ്രീകണ്ഠൻനായർ ഷോകളിൽ പാവപ്പെട്ട പുരുഷന്മാരുടെ വേദനകൾ കണ്ട് ആഴ്ചകളിൽ മനംനൊന്ത് കരയാറുണ്ട് ഞാൻ. പറയാനും പറയിപ്പിക്കാനും തുനിഞ്ഞിറങ്ങുന്നവരെ ആപ്പിലാക്കണമെന്നേ എനിക്ക് കുറഞ്ഞരീതിയിൽ പറയാനുള്ളൂ. സ്ത്രീകളേയും കുഞ്ഞുങ്ങളേയും ബഹുമാനിക്കാനറിയാത്ത ഒരു നാട്ടിൽ നിന്ന് അതേ തോതിലുള്ള മറ്റൊരുനാട്ടിൽ ചെന്ന് പഠിച്ചുവന്നിട്ട് കാര്യമൊന്നുമില്ല. എന്തുപഠിക്കാനാണ് നമ്മുടെ മന്ത്രിമാർ ഗുജറാത്തിലേക്കു പോകുന്നതെന്ന് എനിക്കു മനസ്സിലാകുന്നില്ല. ഇവിടെ എന്തിന്റെ

കുറവാണുള്ളത്? വർഗ്ഗീയതയില്ലേ? അഴിമതിയില്ലേ? കൊലപാതകങ്ങളില്ലേ? അവിടെ നടന്ന/നടക്കുന്ന എല്ലാകാര്യങ്ങളിലും എണ്ണത്തിലും വണ്ണത്തിലും നമ്മൾതന്നെയാണ് മുമ്പന്മാർ എന്ന് ചരിത്രം നോക്കിയാൽ മനസ്സിലാകും. പിന്നെ NIFD, IIM പോലുള്ള കാമ്പസ്സുകൾ തപസ്സുചെയ്താൽ പോലും നമ്മുടെ സർക്കാറിന് ചെയ്യാൻ പറ്റില്ല. ദരിദ്രർക്കും സമ്പന്നർക്കും ജീവിക്കാനുള്ള സൗകര്യം അവിടെയുണ്ടെങ്കിൽ, ദരിദ്രർ ആത്മഹത്യ ചെയ്യുകയോ കുട്ടികളെ വിൽക്കുകയോ ചെയ്യുന്ന അവസ്ഥയാണ് ഇവിടെയുള്ളത്. അവിടെ ഒരു വിഭാഗത്തിനു മാത്രമുള്ള സുഖസൗകര്യങ്ങൾ, ഇവിടെ ഒരു വിഭാഗത്തിനും കൊടുക്കാനും കഴിയില്ല (രാഷ്ട്രീയക്കാർക്കൊഴികെ). പണ്ട് ദാരിദ്ര്യത്തിലും അദ്ധ്വാനിക്കുന്നവർക്ക് പ്രത്യാശ നൽകാൻ ആളുകളുണ്ടായിരുന്നു. ഇന്ന് എല്ലാം മനസ്സിലൊതുക്കി സഖാവ് ലോറൻസിനെപ്പോലുള്ളവർ വയസ്സാം കാലത്തുമാത്രം സത്യം പറയാതിരിക്കാൻ വയ്യ എന്നുപറഞ്ഞ് പേടിപ്പിക്കുന്നത് എന്തുകൊണ്ടാണെന്ന് മനസ്സിലാകുന്നില്ല. പ്രതിപക്ഷ നേതാവിനും സത്യത്തിന്റെ തികട്ടൽ വന്നു തുടങ്ങിയിട്ട് അധികം നാളായില്ലല്ലോ. ജനങ്ങൾക്ക് പ്രതീക്ഷയുള്ളവർ തന്നെ ഇങ്ങനെ തുടങ്ങിയാൽഎന്തുചെയ്യും.

പറയാനുള്ള സത്യങ്ങൾ പറയേണ്ട സമയത്ത് പറയാതിരിക്കുക എന്നത് ആത്മഹത്യക്ക് സമം തന്നെയാണ് എന്ന് ഓർമ്മിക്കേണ്ട സമയം അതിക്രമിച്ചിരിക്കുന്നു.

2013 മേയ്

കുറ്റവാളിയുടെ പ്രായം

കഴിഞ്ഞ ദിവസം ഒരു വിദേശ വനിതയെ ബോംബെയിൽ വെച്ച് പീഡിപ്പിച്ച സംഭവം വിദേശീയരെ ആകെ തകർത്തുകളഞ്ഞു. ഇന്ത്യയിൽ ആദ്യമായി ഒരു ടൂറിസ്റ്റിനെ പീഡിപ്പിച്ച സംഭവമൊന്നുമായിരുന്നില്ല അത്. എന്നാൽ അവരുടെ സുഹൃത്തുകൾ കത്തായും ലേഖനമായുമൊക്കെ എഴുതിത്തുടങ്ങിയിട്ടുണ്ട് എന്നതാണ് ഈ സംഭവത്തിന്റെ പ്രത്യേകത. ഇന്ത്യ നല്ല ടൂറിസ്റ്റുകേന്ദ്രമാണ്, പക്ഷേ സ്ത്രീകൾക്ക് പ്രവേശിക്കാൻ കൊള്ളുന്ന രാജ്യമല്ല എന്നാണവർ കത്തിൽ സൂചിപ്പിച്ചിട്ടുള്ളത്. സ്ത്രീകൾക്ക് ഏറ്റവും സുരക്ഷിതമായ നഗരമെന്നറിയപ്പെടുന്ന ബോംബെയും ഈ ലിസ്റ്റിൽ കയറിക്കഴിഞ്ഞുവല്ലോ. (ചുവന്ന തെരുവുകൾ ധാരാളമുണ്ടെങ്കിൽ സ്ത്രീകൾ അക്രമിക്കപ്പെടില്ല എന്ന ബുദ്ധിജീവി വാക്യം ഓർമ്മ വരുന്നു).

കൂട്ടമായി ബലാത്സംഗം ചെയ്യപ്പെടുന്ന സ്ത്രീകളെ മറന്ന് സഹതാപവോട്ട് പുരുഷന്മാർക്കു കൊടുക്കുന്ന ഒരു സമൂഹമാണ് നമുക്കുള്ളത്. പ്രായപൂർത്തിയായില്ല എന്ന കാരണത്താൽ ശിക്ഷ കുറക്കുകയോ ഒഴിവാക്കുകയോ ചെയ്യുക എന്നത് ആൺകുട്ടികളെ ആ വഴിയിലൂടെ നടത്താൻ പ്രേരിപ്പിക്കുക മാത്രമാണ് ചെയ്യുന്നത്. നിയന്ത്രിക്കാൻ കഴിയാത്തതുകൊണ്ടാണ് എന്ന ന്യായമുന്നയിക്കുന്നവരും കുറവല്ല. നിയന്ത്രിക്കാൻ കഴിയാത്ത ജന്തുക്കൾ ചില മാസങ്ങളിൽ മണത്തു നടക്കുന്നതുകാണാം. അവരെ വീട്ടിൽ വളർത്തുന്നതാണെങ്കിൽ അതിനു പോംവഴി നമ്മൾ കണ്ടെത്തുകയും ചെയ്യും. ഇവിടെ എന്തു പോംവഴിയാണ് നമ്മൾ സ്വീകരിക്കേണ്ടത്? എല്ലാ പ്രശ്നങ്ങൾക്കും കൃത്യമായി പോംവഴി കണ്ടെത്തുന്നതിൽ കേരളം മുൻപിൽ തന്നെയാണ്. സരിതയും ബിജുവും ശാലുവുമെല്ലാം പോംവഴികൾ കണ്ടെത്തിക്കഴിഞ്ഞു. രണ്ടുമക്കളേയും ഭാര്യയേയും അപകടത്തിൽപ്പെടുത്തി കൊന്ന കശ്മലനും പോംവഴി കണ്ടെത്തിയിരിക്കും. സ്വന്തം മക്കളെ

പീഡിപ്പിച്ച അച്ഛന്മാരും അമ്മാവന്മാരും സഹോദരന്മാരും വിവാദ ആത്മീയാചാര്യനും വരെ പോംവഴി കണ്ടെത്തിയിരിക്കും. വെള്ളപ്പൊക്കത്തിലും കെടുതിയിലും എല്ലാം നശിച്ച് പട്ടിണി ആഹാരമാക്കിയ, ഉടുതുണി പോലുമില്ലാത്ത പാവപ്പെട്ടവർക്കോ കൂലിയും വേലയുമില്ലാത്ത സാധാരണക്കാർക്കോ ഇതുവരെ പോംവഴി കണ്ടെത്താൻ കഴിഞ്ഞിട്ടുണ്ടാവില്ല.. കെട്ടുന്ന പെണ്ണിനു പ്രായം 16ൽ താഴെ മതിയെന്നു വാദിക്കുന്നവർക്കും അറബിക്കല്യാണങ്ങൾക്ക് കൂട്ടുനിൽക്കുന്നവർക്കും ഒറ്റവാക്കിൽ പോംവഴി കണ്ടെത്താം. ജനിക്കാനനുവദിക്കാത്ത, വളർത്തി നശിപ്പിക്കുന്ന ജീവിക്കാൻ സമ്മതിക്കാത്ത അധമരെ ഉന്മൂലനം ചെയ്യാൻ ഒരു പോംവഴിയും കണ്ടെത്താൻ ആർക്കും കഴിഞ്ഞിട്ടില്ല.

2013 സെപ്റ്റംബർ

പാലം കുലുങ്ങിയാലും

കൊണ്ടും കൊടുത്തും മുന്നോട്ട് നീങ്ങുകയാണ് കേരളം. ഭരണപക്ഷവും പ്രതിപക്ഷവും താങ്ങാവുന്നിടങ്ങളിലെല്ലാം താങ്ങുന്നുണ്ട്. എന്നാലും കൊലപാതകങ്ങളുടേയും പെൺവാണിഭങ്ങളുടേയും കാര്യത്തിൽ കൈകോർക്കുന്നുമുണ്ട്. സത്യം പറയാമല്ലോ യോജിപ്പുള്ള മേഖലകളെല്ലാം വളരെ പുഷ്ടിപ്പെടുന്നുമുണ്ട്. സ്വന്തംപക്ഷത്തും മറുപക്ഷത്തുമുള്ള ചില്ലറ കുറവുകളും കുറ്റങ്ങളും മുക്കിയും മൂളിയും പറയുന്ന ഒരു തൊണ്ണൂറുകാരനും ആരേയും കുത്താൻ ആയുധം തന്റെ കയ്യിലുണ്ടെന്ന് വീമ്പിളക്കുന്ന ചെറുപ്പക്കാരനും മാത്രമാണ് എന്തെങ്കിലും കേൾപ്പിച്ച് നമുക്ക് ആശ്വാസം നൽകുന്നത്. ഒരു പെണ്ണും നൂറാണും തട്ടിപ്പിനിറങ്ങിയാലും പെണ്ണിന്റെ പേരുമാത്രം മുഴങ്ങിക്കേൾക്കുന്ന നാട്ടിൽ എഴുപത്താറുകാരിയാണെങ്കിലും ആറുവയസ്സുകാരിയാണെങ്കിലും പീഡിപ്പിക്കാൻ സ്വാതന്ത്ര്യമുണ്ട്. കല്യാണത്തിനും ബലാത്സംഗത്തിനും പെണ്ണിന്റെ പ്രായം നോക്കണ്ട എന്ന കരാറിലാണെങ്കിൽ ഇന്ത്യ ഒപ്പുവെച്ചേനെ! ഇങ്ങനെയൊക്കെയാണെങ്കിലും 'പെണ്ണിന്റെ കുഴപ്പം തന്നെ തള്ളെ' എന്ന് പറഞ്ഞ് നെടുവീർപ്പിടാൻ ആളുകൾ ഇഷ്ടം പോലെ.

നമ്മുടെ കേന്ദ്രത്തിന്റെ മൂക്കിനു താഴെ തന്നെ കൂട്ടബലാത്സംഗങ്ങൾ മാസാമാസം റിപ്പോർട്ട് ചെയ്തിട്ടും ആർക്കെങ്കിലും എന്തെങ്കിലും കുലുക്കമുണ്ടോ? 'പാലം കുലുങ്ങിയാലും കേളൻ കുലുങ്ങില്ല' എന്ന നയം തന്നെ ജയിക്കട്ടെ. രാജ്യം നന്നാക്കേണ്ട രാഷ്ട്രീയക്കാരൊക്കെ പരസ്പരം ചെളിവാരിയെറിയാനും കുതികാലുവെട്ടാനും നടക്കുമ്പോൾ ജനങ്ങൾ വലഞ്ഞതുതന്നെ. ചക്കരക്കുടത്തിൽ കൈയ്യിട്ടു നക്കിയും അഴിമതിയിൽ മുങ്ങിയും പെൺവാണിഭം പ്രോത്സാഹിപ്പിച്ചും ഭരിച്ചു നീങ്ങുന്നവരൊക്കെ സാധാരണക്കാരെ മറന്നുപോകുന്നു. തങ്ങൾക്ക് ചോദ്യം ചെയ്യുവാനും അറിയുവാനുമുള്ള അവകാശമുണ്ടെന്ന് ജന

ങ്ങളെ ആരറിയിക്കും? സാമൂഹ്യപ്രവർത്തനങ്ങൾ, 'വന്നുകഴിയുമ്പോൾ സമരം ചെയ്യാനുള്ള വഴിതുറക്കലാകാതെ' ചൂഷണത്തിന്റേയും അടിമത്തത്തിന്റേയും വഴി തുറക്കാതിരിക്കാനും അത് പ്രതിരോധിക്കാനുമുള്ള ഒരു കൂട്ടായ്മയും ധൈര്യവും ജനത്തിന് ഉണ്ടാക്കിയെടുക്കുന്നതാവണം. പണം കാണുമ്പോൾ കമിഴ്ന്ന് വീഴുന്ന ജനത്തിന് സാമൂഹ്യബോധം വരാൻ ഇത്തിരിനേരം കാത്തിരിക്കേണ്ടി വരും. കാൽവെട്ടും, കൈവെട്ടും, തലവെട്ടും ശീലിച്ചുവരുന്ന നമ്മുടെ യുവതലമുറയെ രക്ഷിക്കാൻ ഏതു പ്രവാചകനാണ് കുരിശിലേറാൻ തയ്യാറാവുന്നത്?

2013 നവംബർ

അപചയസംസ്ക്കാരം

നടി ശ്വേതാമേനോൻ ധൈര്യവും ചങ്കൂറ്റവുമുള്ള ഒരു യുവതിയായിട്ടാണ് നമ്മളൊക്കെ കണ്ടിട്ടുള്ളത്. അതു കൊണ്ടാണ് സ്വന്തം ശരീരത്തിന്റെ നിർണ്ണായാവകാശവും പ്രവസമെന്ന രഹസ്യ സ്വഭാവത്തിന്റെ മറനീക്കലും നടത്തി അവർ കരുത്തുതെളിയിച്ചത്. ശേതാമേനോൻ പരാതി പിൻവലിച്ചാലുമില്ലെങ്കിലും ശ്രീമാൻ പീതാംബരക്കുറുപ്പ് ചെയ്തതെന്താണെന്ന് നമുക്കെല്ലാമറിയാം. ജനപ്രതിനിധികൾ മനക്കരുത്തില്ലാത്തവരായാൽ എന്ത് ചെയ്യും.

ഇപ്പോൾ മറനീക്കി പുറത്തുവന്ന സ്കൂൾ കുട്ടികളുടെ ആത്മഹത്യ മാതാപിതാക്കളെ ഇളക്കിമറിച്ചിരിക്കുകയാണ്. കഴിഞ്ഞ പതിനഞ്ചു വർഷങ്ങളായി (സൂര്യനെല്ലി പെൺകുട്ടിക്ക് ആപത്ത് സംഭവിച്ചതു മുതൽ) ഞങ്ങൾ ഈ ബോധം പകർന്നു നൽകാൻ ശ്രമിച്ചു വരികയാണ്. കൃത്യമായ ഒരന്വേഷണം നടത്തിയാൽ കേരളത്തിലെ പല സ്കൂളുകളിലും വർഷാവർഷം ആത്മഹത്യചെയ്ത പെൺകുട്ടികളുടെ കണക്കുകിട്ടും. മൂന്നോ നാലോ പെൺകുട്ടികൾ ജീവനൊടുക്കിയാലും അവരെ മാത്രം കുറ്റപ്പെടുത്തി പുരുഷ ധാർഷ്ഠ്യത്തെ ന്യായീകരിച്ച് സ്കൂളിന്റെ അഭിമാനം രക്ഷിക്കാൻ തയ്യാറാവുന്ന അധികാരികളാണ് ഏറെയും. കുട്ടികളെ മനസ്സിലാക്കാൻ കഴിയാത്ത, പെൺകുട്ടികളെ മാത്രം കുറ്റക്കാരായി കാണുന്ന അദ്ധ്യാപകരുണ്ടെങ്കിൽ അക്ഷരലോകത്തു നിന്നുതന്നെ അവരെ പടിയടച്ച് പിണ്ഡം വെക്കണമെന്നാണ് എന്റെ പക്ഷം.

കുട്ടികൾക്കും അച്ഛനമ്മമാർക്കും ക്ലാസ്സെടുക്കാൻ ചെല്ലുന്ന എന്നപ്പോലുള്ളവരെ മുൻവിധിയോടെ ആട്ടിപ്പായിച്ച സംഭവമുണ്ടായിട്ടുണ്ട്. എനിക്കിപ്പോൾ മനസ്സിലാവുന്നു അതെന്തിനായിരുന്നു എന്ന്. സ്വന്തം മകളുടെ സെക്സ് വിറ്റു ജീവിക്കുകയം നഗ്നഫോട്ടോ എടുത്ത് യൂട്യൂ

ബിലിടുകയും ചെയ്യുന്ന അച്ഛന്മാർക്ക് പെൺകുട്ടികളുടെ സംരക്ഷണത്തെക്കുറിച്ച് സംസാരിക്കുന്നത് ഹീനമായേ തോന്നൂ. എഴുപതുകാരിയാണെങ്കിലും മൂക്കും മുലയും നിതംബവും ആസ്വദിച്ച കൂട്ടമായി ചേർന്ന് ബലാത്സംഗം ചെയ്യുന്നവർക്ക് സ്ത്രീകളുടെ സംരക്ഷണം അംഗീകരിക്കാൻ കഴിയില്ല. ഒരു പെണ്ണിന് അത്തരത്തിൽ എന്തെങ്കിലും സംഭവിച്ചാൽ അവൾ പിഴയാണെന്ന് വിശ്വസിക്കുന്ന പെൺമനസ്സിനും മാറ്റം വരണം. ഇല്ലെങ്കിൽ സെക്സ് കേരളം ബഹുദൂരം മുന്നോട്ട് വളർന്നുകൊണ്ടേയിരിക്കും.

2013 ഡിസംബർ

അവയവദാനം

ശരണം വിളിച്ചുകൊണ്ട് മലചവിട്ടി, തെറിവിളിച്ചുകൊണ്ട് മടങ്ങുന്ന കാഴ്ചയുമായാണ് ഇത്തവണത്തെ മണ്ഡലകാലം മുന്നോട്ടു പോയിക്കൊണ്ടിരിക്കുന്നത്. ദൈവസാന്നിദ്ധ്യം അറിയാനും ഓൺലൈനിൽ രജിസ്ട്രേഷനും നീണ്ട ക്യൂ!! വികസനത്തിന് സാക്ഷിയായ ദൈവവും പ്രതിക്കൂട്ടിലായി. മനുഷ്യനിർമ്മിതവിളക്ക് എന്നു വിശ്വസിക്കാത്ത ഭക്തരെ ഓൺലൈൻ കുഴക്കുകതന്നെ ചെയ്തു.

കഷ്ടിച്ചു ഭരണത്തിലേറി ഒന്നും ചെയ്യാനില്ലാത്ത ഭരണകൂടം മുല്ലപ്പെരിയാർ പ്രശ്നത്തെ അനുകൂലിച്ചും പ്രതികൂലിച്ചും പ്രശ്നം പരിഹരിക്കാനാവാത്തതരത്തിൽ ഡാമിനെ നിലനിർത്തിപ്പോരുന്നു. ഡാമിന്റെ കാര്യം വന്നപ്പോൾ മാത്രം രണ്ടുകൈകളും വാനോളമുയർന്ന മന്ത്രി. പി.ജെ. ജോസഫ് ഈ വർഷത്തെ താരവുമായി. ഡാം പൊട്ടിയാൽ ഭയക്കാനൊന്നുമില്ലെന്ന് ചിലരൊക്കെ അങ്ങു ഡൽഹിയിൽ പോയി ഗീർവാണം മുഴക്കുന്നുമുണ്ട്, കേരളത്തിലെ ശോചനീയാവസ്ഥകളെല്ലാം അതേപോലെ നിലനിർത്തുന്ന ഒരു ഭരണമാണ് ഇന്നുള്ളത് എന്നതിൽ സന്തോഷം. മന്ത്രിസഭയോ സാമാജികരുടെ നയങ്ങളോ രീതികളോ മാറിയിട്ടില്ലെങ്കിലും (കൊടിയുടെ നിറം മാറിയെങ്കിലും) മനുഷ്യൻ മനുഷ്യനാകാൻ തുടങ്ങിയതിനുദാഹരണമാണ് കോഴിക്കോട്ടു നടന്ന അവയദാനത്തിന്റെ കഥ.

മസ്തിഷമരണം സംഭവിച്ച മകന്റെ ആന്തരാവയവങ്ങൾ ദാനം ചെയ്ത് ജോർജ് എന്ന പിതാവ് മാതൃകയായി. അവയവദാനത്തെക്കുറിച്ച് പറയുമ്പോഴൊക്കെ പുനർജന്മമെടുക്കുമ്പോൾ അവയവങ്ങൾ ഉണ്ടാകണമെങ്കിൽ മണ്ണോടുചേരുമ്പോഴും അവയവങ്ങൾ മുഴുവൻ ഉണ്ടാവണമെന്നാണ് മതവിശ്വാസികൾ പറയുന്നത്. മസ്തിഷ്ക്കമരണം സംഭവിച്ചാൽ അവയവദാനത്തിലൂടെ അനേകം രോഗികളെ നമുക്ക്

രക്ഷിക്കാൻ കഴിയും. പുനർജ്ജന്മത്തിൽ വിശ്വാസമില്ലാത്തവർക്കും മതപരമായ പ്രശ്നങ്ങളില്ലാത്തവർക്കും അവയവങ്ങൾ ദാനം ചെയ്ത് ജീവിതം നന്മയിലെത്തിക്കാം.. ജോർജ്ജിനെ അനുകരിച്ച് നമുക്കും മനുഷ്യരാകാൻ ശ്രമിക്കാം.

2012 ജനുവരി

ആലുമുളച്ചാൽ

വികസനം അതിവേഗത്തിൽ കൊണ്ടുവരാൻ ശ്രമിക്കുന്ന കേരള ഗവൺമെന്റിന് മോദി തന്നെ മോഡലാകുന്നതാണോ മോടി?. കേരളത്തിൽ വികസിച്ചുവരുന്ന കാര്യങ്ങൾ എണ്ണയെണ്ണി പറയാൻ എനിക്കു നാണമാവുന്നു. സഹോദരിയെന്നോ മലയാളിയെന്നോ ബംഗാളിയെന്നോ ഭേദമില്ലാതെ ഒറ്റയ്ക്കും കൂട്ടമായും പീഡിപ്പിക്കുക, ഭരണം കിട്ടിയാൽ അവിടെ പദവികൾ ദുർവിനിയോഗം ചെയ്യുക. ഭരണപ്പോരുകളിൽ ജനങ്ങളെ മുക്കിക്കൊല്ലുക. എന്നിങ്ങനെ... ആലു മുളച്ച് വളർന്ന് മാനം മുട്ടെ നിൽക്കുന്നതുകൊണ്ട് രാജാവിനും പ്രജകൾക്കും മാന(ക്കേട്) മില്ലതാനും, ജില്ലതോറും വിമാനത്താവളങ്ങൾ കൊണ്ടുവന്ന് നാട് നന്നാക്കിക്കളയാമെന്നു കരുതുന്ന സർക്കാർ ജനക്ഷേമ സർക്കാർ തന്നെ. കേരളത്തിലെ പട്ടിണിപ്പാവങ്ങളെ മുഴുവൻ വിമനത്തിൽ കയറ്റി പറത്തിക്കാമെന്ന സന്മനസ്സ് കാണാതെ പോവരുതല്ലോ. ലക്ഷങ്ങൾ വിമാനക്കൂലിയനത്തിൽ ചെലവാകുന്നത് കോടികളാകുമെന്ന ഒരു മെച്ചമുണ്ട്. ഇവിടെ ആരും പട്ടിണി കിടക്കുന്നില്ല. എന്ന് ഉറപ്പുള്ള ഗവൺമെന്റാണ് നമ്മുടേത്. 2 രൂപയ്ക്ക് അരി വിലകുറച്ച് മറ്റു സാധനങ്ങൾ ഒക്കെ (ഇവയൊക്കെ വിഷം തളിച്ച് പുഴുപോലും അരിക്കാത്തതാണ്) യഥേഷ്ടം നൽകുന്നതുകൊണ്ട് പട്ടിണിപ്പാവങ്ങൾ എന്ന കാറ്റഗറി ഇല്ലാതാക്കാൻ കഴിയും എന്ന് ഉറപ്പുണ്ട്. സ്കൂളുകളിൽ ഉച്ചകഞ്ഞി എന്ന പഷ്ണിക്കഞ്ഞിയുണ്ടല്ലോ. പാലും മുട്ടയും പയറും കഞ്ഞിയുമൊക്കെ വിളമ്പിമടുത്ത അദ്ധ്യാപകർക്ക് ഇവരെ കൊല്ലാനുള്ള ദേഷ്യമുണ്ട്. വളരെ സ്വതന്ത്രവും വികസനപരവുമായ അന്തരീക്ഷം ഇന്ന് കേരളത്തിലുണ്ട്. അതുകൊണ്ടുതന്നെ നാടുഭരിച്ചു നന്നാക്കേണ്ട ആവശ്യമില്ലാത്തതിനാൽ നേതാക്കന്മാരെല്ലാം ഗ്രൂപ്പുകളിയിലും കുതികാലുവെട്ടിപ്പിലും ഏർപ്പെട്ടുകൊണ്ടിരിക്കുന്നു. വിവാദങ്ങൾക്കിടയിൽപ്പെട്ട് നമ്മുടെ എത്ര കോടികൾ ആരൊക്കെ വിഴുങ്ങുമെന്ന് ആരു കണ്ടു? ആരൊക്കെ എന്തൊക്കെ വിഴുങ്ങിയാലും കുറെ വകുപ്പുണ്ടാക്കി കുറേ മന്ത്രിമാരെ ചട്ടുകങ്ങളാക്കി ഞങ്ങളങ്ങ് ഭരിച്ചു കേറും.

2012 ഫെബ്രുവരി

ജെൻഡർ പാർക്ക്

വേലിതന്നെ വിളവുതിന്നുന്നകാര്യത്തിൽ കേരളത്തിന് ഓസ്കാർ കിട്ടാൻ സാദ്ധ്യതയുണ്ട്. ട്രെയിനിൽ യാത്രക്കാരും ടി.ടി.ഇയും ഒരുപോലെ സ്ത്രീകളോടു പെരുമാറിയാൽ എന്താ കഥ! സ്ത്രീകളുടെ കംപാർട്ട്മെന്റിൽ കയറിയാലും സ്ത്രീകൾക്ക് രക്ഷയില്ലതന്നെ. ഒരിടത്തും സ്വന്തമായി ഒരിടമില്ലാത്തതുകൊണ്ടാണ് ജെൻഡർ പാർക്ക് എന്ന സൗമനസ്യം ആരുടെയോ സഹാനുഭൂതിയിൽ വിരിഞ്ഞത്. ജെൻഡർപാർക്ക് നിർമ്മാണത്തോടനുബന്ധിച്ചുള്ള ആഘോഷങ്ങളിൽ ഒന്നാമതായ കുട്ടയോട്ടം കണ്ട് നാണമില്ലാത്ത ഈയുള്ളവൾക്കും നാണം വന്നു. നടിയും സംവിധായികയുമായ രേവതിയും ബഹു. മന്ത്രി മുനീറും കലക്ടറും നയിക്കുന്ന സംഘം ഓടുന്നതിനൊപ്പം ഇത്രയധികം തന്റേടമുള്ള 'സ്ത്രീകളെ' സംഘടിപ്പിച്ച് കൂട്ടയോട്ടം നടത്താൻ പറ്റിയത് ആരുടെ സംഘാടനത്തതിന്റെ മികവുകൊണ്ടാണോ ആവോ? (ഓട്ടക്കാർ മുഴുവൻ പുരുഷന്മാരായിരുന്നു.) ഇതുകണ്ടാൽ നാണം വരാതിരിക്കുമോ? തീറ്റവേദികളും പ്രദർശനവേദികളും സിനിമാ നാടകവേദികളും ഒക്കെ ഇതുപോലെ 'സ്ത്രീകൾ' കയ്യടക്കുമോ ആവോ? കാത്തിരുന്നു കാണാം.

അന്താരാഷ്ട്ര സ്ത്രീദിനത്തിലെങ്കിലും ജെൻഡർ തൊട്ടുതീണ്ടാത്ത, പുരുഷന്മാരുടെ ഗർജ്ജനം മുഴങ്ങാതിരുന്നെങ്കിൽ നന്നായിരുന്നു എന്ന് ആത്മാർഥമായി ആഗ്രഹിച്ചുപോവുകയാണ്. സ്ത്രീകൾക്ക് ഇങ്ങനെ പുരുഷക്കൂട്ടത്തിലൂടെ തന്റേടം വെപ്പിക്കുന്നതിനെടെയാണ് ആത്മീയ വ്യാപാരത്തിന്റേയും ക്യാപ്പിറ്റൽ പണിഷ്മെന്റിന്റേയും അലകൾ കേരളത്തിൽ ഉയർന്നുവരുന്നത്. അലകളുടെ കാര്യംപറയുമ്പോൾ വിദേശിയുടെ വെടിയുണ്ടകൾ ജീവിനെടുത്ത രണ്ടുസഹോദരന്മാരുടെ കുടുംബത്തിന് ധനസഹായം വാഗ്ദാനം ചെയ്ത ഗവണ്മെന്റ് 3 കോടിക്കോ 300 കോടിക്കോ ഇറ്റലിക്കാരുടെ ഇടപാടുതീർക്കുവാൻ ശ്രമിക്കുന്നത്

സംസ്ഥാനത്തിന്റെ നേട്ടം തന്നെ. അടിക്കടി മീൻപിടുത്തബോട്ടുകൾക്ക് ദുരന്തതമുണ്ടാവാൻ മറ്റുവഴികൾ വേറെ വേണോ. നമുക്ക് കാത്തിരുന്ന കാണാം. സ്വന്തം തലയിൽകയറി ഒരുത്തനും ചിന്തിക്കാതിരിക്കുക എന്നതാണ് ഞങ്ങൾ സ്ത്രീകൾ കരുതുന്ന തന്റേടം, അല്ലാതെ തലയിൽ ചവിട്ടിയാൽ ഇടം നൽകുക എന്നതല്ല. ഞങ്ങൾക്ക് സ്വതന്ത്രമായി ചിന്തിക്കാനും പ്രവർത്തിക്കാനും സ്വന്തമായ ഒരിടം നിർമ്മിതമാവുമോ ആവോ?

2012 മാർച്ച്

ധൂർത്തുവഴികൾ

ചില ചൂഷണങ്ങളും ചില അതിക്രമങ്ങളും ചില ധാരാളിത്തങ്ങളും എത്ര കണ്ടില്ലെന്നു നടിച്ചാലും കാണാതിരിക്കാനാവുന്നില്ല. പറയുന്നില്ല എന്നു വിചിരിച്ചിട്ടും പറയാതിരിക്കാനാവുന്നുമില്ല. കണ്ടതും കേട്ടതുമൊക്കെ പറയുകയാണെന്നു കരുതുകയും വേണ്ട. പറയാനുള്ളത് പറയാൻ തന്നെയാണ് ഈയുള്ളവളുടെ ഭാവം. ജെന്റർഫെസ്റ്റിന്റെ ആവേശത്തിമിർപ്പ് പണം പിടുങ്ങിയവരിലും ധൂർത്തടിച്ചവരിലും കെട്ടടങ്ങിയിട്ടുണ്ടാവില്ല. കേരളത്തിൽ എത്ര സ്ത്രീകൾ ഇതിൽ പങ്കെടുത്തു? ആർക്കൊക്കെ ഗുണം കിട്ടി എന്നു കണക്കെടുക്കാൻ ഈയുള്ളവർക്ക് പ്രാപ്തിയില്ലാതന്നെ.

തന്റേടം ധൂർത്തിന്റെ ഞെട്ടൽ വിട്ടുമാറാതെയാണ് കോഴിക്കോടു നഗരത്തെ വിപ്ലവാവേശത്തിൽ ചുവപ്പാക്കിമാറ്റിയ പാട്ടികോൺഗ്രസ് കണ്ണിൽപെടുന്നത്. നഗരവും പ്രാന്തപ്രദേശങ്ങളും ചുവപ്പാക്കിമാറ്റിയതിന്റെ ആവേശം നിറഞ്ഞുനിൽക്കുമ്പോഴും കുടീരങ്ങളും മറ്റ് ആഘോഷങ്ങളും ധൂർത്തായി മാറുകയാണോ? മസ്തിഷ്കപ്രക്ഷാളനം വേണ്ട സമയത്ത് കിട്ടാത്തതുകൊണ്ട് കൃത്യമായ അറിവില്ലതന്നെ. കോടികൾ മുടക്കുന്ന മേളാങ്കം തൊഴിലാളി വർഗ്ഗത്തോടും പട്ടിണിപ്പാവങ്ങളോടും ചെയ്യുന്ന വഞ്ചനയാകാതിരിക്കട്ടെ. പാർട്ടികോൺഗ്രസ്സിന്റെ പേരിൽ കോഴിക്കോട് ഒഴുകുന്ന മദ്യത്തിന് കണക്കൊന്നുമില്ല എന്നാണറിഞ്ഞത്. സ്ത്രീകൾക്കു പറയാനൊന്നുമില്ല എന്നതും സ്ത്രീകളെക്കൊണ്ട് പറയിപ്പിക്കുന്നില്ല എന്നതും നോക്കിക്കാണേണ്ട വസ്തുതതന്നെ.

കോഴിക്കോടിനെ സംബന്ധിച്ചിടത്തോളം മാർച്ചു മാസം ധൂർത്തിന്റേയും ധാരാളിത്തത്തിന്റേയും മാസമാണെന്നു തോന്നുന്നു. കോടികൾ മുടിക്കുന്നത് ലക്ഷങ്ങളാക്കിയിരുന്നെങ്കിൽ എത്ര നന്നായിരുന്നു. (പിറവം ഉപതെരഞ്ഞെടുപ്പിന്റെ ധൂർത്ത് മറക്കരുത്) ആവേശങ്ങൾ

ആവശ്യങ്ങളാവുകയും ആവശ്യങ്ങൾ അത്യാവശ്യങ്ങളാവുകയും ചെയ്യുമ്പോൾ ധൂർത്തിനറുതിവരും. ഏതുപാർട്ടിയിലും സമ്പന്നർക്കേ സ്ഥാനമുള്ളു എന്നുവരുമ്പോൾ പാവങ്ങളെല്ലാം പണത്തിന്റെ മുന്നിൽ മുട്ടുകുത്തിപ്പോകും. അതിൽ തെറ്റുപറയാൻ യോഗ്യതയുള്ളവർ എത്രപേരുണ്ട് നമ്മുടെ നാട്ടിൽ? തെറ്റു ചൂണ്ടിക്കാണിക്കുമ്പോൾ പണ്ടെന്നോ പറ്റിയ അബദ്ധങ്ങൾ ചൂണ്ടിക്കാണിച്ചു ചെയ്ത തെറ്റിൽ നിന്ന് രക്ഷപെടാൻ ശ്രമിക്കുന്നത് ശരിയല്ല. പണം വാഗ്ദാനം ചെയ്യുകയും പണം കണ്ടാൽ വീണുപോവുകയും ചെയ്യുന്നത് ഇടതു-വലതു പക്ഷവ്യത്യാസമില്ലാതെ നടന്നുപോകുന്ന ഒരു പ്രതിഭാസമായി മാറിയിട്ടുണ്ട്. പിറവത്ത് നേരിട്ടത് ദുരന്തമാണെങ്കിൽ നെയ്യാറ്റിൻകരയിൽ വൻ ദുരന്തം നേരിടേണ്ടിവരും. സത്യമായതൊക്കെ അജയ്യമാണ് എന്ന വിശ്വാസമുള്ളവർ സത്യം മുറുകെ പിടിക്കാനും തിരിച്ചുകൊണ്ടുവരാനും ശ്രമിക്കേണ്ടതുണ്ട്. ചോരയും നീരും വിയർപ്പും ഒഴുക്കി സത്യം മുറുകെ പിടിച്ചവർക്ക് ഒന്നും നേടാനായില്ലെങ്കിൽ പണമെങ്കിലും നേടണമല്ലോ. സത്യമേ ജയിക്കൂ. അസത്യം ജയിക്കില്ല. അസത്യത്തെ ജയിപ്പിക്കുന്നതാണെന്ന ഓർമ്മ എല്ലാവരിലും ഉണ്ടെങ്കിൽ നല്ലത്. സത്യമില്ലാത്തവരാണ് അസത്യത്തെ ജയിപ്പിക്കുന്നത്.

2012 ഏപ്രിൽ

മാലിന്യമുക്ത കേരളം

കേരളത്തിന്റെ രാഷ്ട്രീയ സാഹചര്യം മതത്തിന്റെയും തീവ്രവാദത്തിന്റേയും അക്രമരാഷ്ട്രീയത്തിന്റേയും കുലം കുത്തലിൽ മലീമസമായിരിക്കുകയാണ്. വർഗ്ഗീയതയും തീവ്രവാദവും തഴച്ചുവളരാൻ വളക്കൂറുള്ള മണ്ണാണ് ഇവിടെയുള്ളത്. ഗാന്ധിജിയേയും മാർക്സിനേയും പിൻതുടർന്നുവന്നവർതന്നെയാണ് ഇത്തരം സാമൂഹ്യവിരുദ്ധ പ്രവണതകൾക്ക് ആക്കംകൂട്ടുന്നത് എന്നതും രസകരം തന്നെ. മതത്തിന്റെ പേരിൽ വോട്ടുപിടിക്കുകയും മതത്തിനായി മന്ത്രിയെ നൽകുകയും ചെയ്യുന്ന പാർട്ടികളെ ജനങ്ങൾതന്നെ നിരോധിക്കേണ്ടതുണ്ട്. പിന്നെ ആർക്ക് വോട്ടുകൊടുക്കും എന്ന ചോദ്യം ഉയർന്നേക്കും. പട്ടിണിപ്പാവങ്ങളേയും തൊഴിലാളിവർഗ്ഗങ്ങളേയും സമത്വത്തിലേക്കുയർത്തുന്ന പാർട്ടികളുടെ സ്ഥിതിയും ലജ്ജാവഹമാണ്. പാർട്ടിയിൽ ബൂർഷ്വാനയം വെച്ചുപുലർത്തുന്നതുകൊണ്ട് പുറത്തു ചാടുന്ന ചില വിദ്വാന്മാർ യാതൊരു ഉളുപ്പുമില്ലാതെ വിരുദ്ധാശയങ്ങളിലേക്കു ലയിക്കുന്നതു കാണുമ്പോൾ വിഷമം തോന്നുന്നു. സിന്ധുജോയ്, സെൽവരാജ് എന്നിവർക്കു* സംഭവിച്ചത് പൂന്താനം എന്ന കവി അന്നേ പാടിയിട്ടുള്ളതാണ്. ''സ്ഥാനമാനങ്ങൾ ചൊല്ലിക്കലഹിച്ചു നാണംകെട്ടു നടക്കുന്നു ചിലർ.''

നമ്മുടെ വിശുദ്ധ കേരളം മാലിന്യംകൊണ്ട് മലീമസമായിരിക്കുകയാണ്. രാഷ്ട്രീയമാലിന്യങ്ങളും പൊതുജനങ്ങൾ പുറംതള്ളുന്ന മാലിന്യങ്ങളും ഒരുപോലെ ഉയർന്നുവരുന്നതുകൊണ്ട് ജനജീവിതം ദുഷ്കരമാകുന്നുണ്ട്. മാലിന്യങ്ങൾ പൂന്തോപ്പുകളാക്കാമെന്ന് അറിവുള്ള ഭരണാധികാരികളാണ് ഇവിടുള്ളത്. എന്നാലും ഇതൊന്നും ചെയ്യിക്കാതെ ചക്കരക്കുടത്തിൽ കയ്യിടാൻ തമ്മിലടിക്കുന്നതു കാണുമ്പോൾ മാലിന്യനിർമ്മാർജ്ജനത്തിന് നിയമപരമായി അധികാരമുള്ള ആളുകളെ ഒരാഴ്ചയെങ്കിലും ഈ മലിന്യകൂമ്പാരത്തിൽ നട്ടുവെക്കണമെന്ന് പ

റയാൻ തോന്നും. റോഡുവികസനമെന്നപേരിൽ കോഴിക്കോട്ടനുവദിച്ച നാനൂറ് കോടി എന്നപോലെ പല സ്ഥലത്തും പണം അനുവദിക്കുന്നുണ്ട്. മെയ്മാസത്തിൽ നന്നാക്കി ഓഗസ്റ്റിൽ പൊളിയുന്ന റോഡുകൾ നിർമ്മിക്കാൻ ഇത്ര പണം ആവശ്യമെങ്കിൽ സ്ഥിരം നന്നായിക്കിടക്കുന്ന റബ്ബ്റൈസ്ഡ് പോലുള്ള റോഡുകൾ നിർമ്മിക്കുന്നതിന് കോടികോടി ഉണ്ടെങ്കിലും പറ്റില്ലല്ലോ. ജീവിത നിലവാരം വളരെ ഉയർന്നുനിൽക്കുന്ന നാടുകൂടിയാണ് കേരളം. ഒരു ലക്ഷം രൂപ ശമ്പളം കിട്ടി നന്നായി ജീവിക്കുന്നവരും ആയിരം രൂപ ശമ്പളം കിട്ടി നന്നായി ജീവിക്കുന്ന വരും നമ്മുടെ നാട്ടിലുണ്ട്. എല്ലാ മനുഷ്യരും ഉണ്ടും ഉറങ്ങിയും വസ്ത്രം ധരിച്ചും സമാധാനത്തോടെ കഴിയേണ്ടത് സ്റ്റേറ്റിന്റെ ആവശ്യമാണ്. അതു നിർവഹിച്ചു കൊടുക്കേണ്ടത് സ്റ്റേറ്റാണ്. അല്ലെങ്കിൽ 'വെട്ടു' സംഘങ്ങൾ ഇവിടെ അധികരിക്കും. കവർച്ചാസംഘം, അധോലോക സംഘം എന്നിവരെ തട്ടിനടക്കാൻ വയ്യാതാവും. ഇവർ ഭരണകൂടത്തിലും നുഴഞ്ഞുകയറും. ഇന്ന് വിശുദ്ധമായി മുന്നോട്ടു പോകുന്ന സർക്കാറുകൾക്ക് അവിശുദ്ധി കൈവരും. ഇതു നമ്മുടെ നാടാണ് ഓർമ്മവേണം.

* സിന്ധുജോയ് കോൺഗ്രസിലേക്കും, സെൽവരാജ് എൽ.ഡി. എഫിലേക്കും പോയി.

2012 മെയ്

അഡ്ജസ്റ്റ്മെന്റ് രാഷ്ട്രീയം

കൊലപാതകരാഷ്ട്രീയം തഴച്ചുവളരുന്ന നാട്ടിൽ ഇപ്പോൾ 'മണി' യാണ് പ്രശ്നം. മണി പേരാകാം, പണമാകാം. കാര്യങ്ങൾ നടന്നുകിട്ടാൻ ശ്രമിക്കുന്നതിനുപയോഗിക്കുന്ന മണിയടിയുമാകാം. എന്തായാലും മണിക്ക് എന്തുമാകാം എന്നതുപോലെ മണിയുണ്ടെങ്കിൽ എന്തുമാകാം എന്നതാണ് കേരളത്തിലെ ഇന്നത്തെ രാഷ്ട്രീയ പരിതസ്ഥിതി. ഇലക്ഷൻ വരുമ്പോൾ കക്ഷിരാഷ്ട്രീയവും ഇലക്ഷൻ ഇല്ലാത്തപ്പോൾ അഡ്ജസ്റ്റ്മെന്റ് രാഷ്ട്രീയവുമാണ് നമ്മുടെ നാട്ടിൽ വേരുപിടിക്കുന്നത്. കൊലപാതക രാഷ്ട്രീയത്തിന്റെ പുകമറ നീക്കാൻ യു.ഡി.എഫിന്റെ തിടുക്കം കാണുമ്പോൾ ചിരിക്കാതെന്തു ചെയ്യും! നെയ്യാറ്റിൻകര ഇലക്ഷൻ കഴിഞ്ഞാൽ ഈ തിടുക്കമൊക്കെ വിട്ട് അക്രമവും കൊലപാതകങ്ങളും പെൺവാണിഭങ്ങളുമെല്ലാം ഒത്തൊരുമയോടെ കൊണ്ടുപോകാൻ ശ്രമിച്ചുകളയും നമ്മുടെ വിരുദ്ധകക്ഷികളെല്ലാം. അങ്ങനെ കേരളത്തിൽ നടന്നുകൊണ്ടിരിക്കുന്ന 'അഡ്ജസ്റ്റുമെന്റ് രാഷ്ട്രീയം' സുഗമമായി മുന്നോട്ടു പോവുകുയും ചെയ്യും. പാവം ജനങ്ങളും അണികളും അക്ഷരാർത്ഥത്തിൽ കഴുതകളാകുകയും ചെയ്യും.

ജനങ്ങൾ ഇതൊന്നും അറിയുന്നില്ല എന്ന് യജമാനൻമാർ കരുതിയാൽ തെറ്റി. അരമനരഹസ്യം അങ്ങാടിയിൽപാട്ടാണെന്ന് ഓർമ്മവേണം. പാർട്ടിയുടെ പേരുപറഞ്ഞ് ആരൊക്കെ എന്തൊക്കെ ഇവിടെ കാട്ടിക്കൂട്ടുന്നുണ്ടെന്ന് ജനത്തിന് നന്നായറിയാം. ഞങ്ങൾ ശുദ്ധമായ വായു, വെള്ളം എന്നിവക്കുവേണ്ടി കഷ്ടപ്പെടുമ്പോൾ നിങ്ങൾ നടത്തുന്ന ജലകേളികൾ, ഞങ്ങൾ നിരന്തരം വർദ്ധിക്കുന്ന ബസ്കൂലി കൊടുക്കാൻ ബുദ്ധിമുട്ടിമ്പോൾ നിങ്ങൾ കൊടുക്കുന്ന വിമാനക്കൂലികൾ, കിടന്നുറങ്ങാൻ കൂരപോലുമില്ലാതിരിക്കുമ്പോൾ നിങ്ങൾ വാങ്ങിക്കൂട്ടുന്ന സൗധങ്ങൾ ജീവൻ നിലനിർത്താൻ അരിയും പരിപ്പുമില്ലാതെ

കഴിയുമ്പോൾ നിങ്ങൾ നടത്തുന്ന ആഡംബര ആഘോഷങ്ങൾ, ചത്താൽ കുഴിച്ചിടാൻ സ്ഥലമില്ലാതെ കഷ്ടപ്പെടുമ്പോൾ ബിനാമികളുടെ പേരിൽ നിങ്ങൾ നടത്തുന്ന ഭൂമിയിടപാടുകൾ, റിസോർട്ടുകൾ, അവിടെ കൊച്ചുപെൺകുട്ടികളെ ഇരകളാക്കുന്നത് തുടങ്ങിയവയെല്ലാം വിരലിലെണ്ണി പറഞ്ഞ് പുച്ഛിച്ച് ചിരിക്കാനേ ജനത്തിനു കഴിയൂ. പ്രതികരിക്കുന്ന പാർട്ടിപോലും പ്രതികരിക്കാൻ സമ്മതിക്കാത്ത കാലമായതുകൊണ്ട് പ്രതികരിക്കാൻ ജനങ്ങൾക്ക് ഭയമാണ്. എന്തായാലും നിങ്ങൾ പറയുന്നതെല്ലാം വിശ്വസിക്കാൻ ഞങ്ങളെകിട്ടില്ലെന്നു മുഖം നോക്കാതെ രാഷ്ട്രീയക്കാരോട് പറയുന്ന കാലം വിദൂരത്തല്ല എന്നു തന്നെ പറയേണ്ടിയിരിക്കുന്നു.

2012 ജൂൺ

മാനഭംഗമോ?

സ്ത്രീകളുടെ മാനം അവളുടെ വസ്ത്രത്തിനുള്ളിലല്ല എന്നു വിശ്വസിക്കുന്നവർക്ക് സ്വാഗതം നൽകുന്ന നഗരത്തിലിരുന്നാണ് (ഗുജറാത്തിലെ അഹമ്മദാബാദ്) ഞാനിത്തവണ വാസ്തവം എഴുതുന്നത്. മൂടും മുലയും കുലുക്കിനടന്നാലുമില്ലെങ്കിലും ആരും ശ്രദ്ധിക്കില്ലാത്ത ഒരു നഗരം. ശരീരവടിവുകളിലേക്കോ അവയവ മുഴുപ്പുകളിലേക്കോ തുറിച്ചുനോക്കുന്ന കണ്ണുകളെവിടെയുമില്ല. എവിടെയിരുന്നാലും കേൾക്കേണ്ടിവരുന്നത് പെണ്ണിന്റെ ശരീരത്തിന്മേൽ നടത്തുന്ന ആക്രമണം ആണത്തത്തിന്റേയും ധീരതയുടേയും കഥയായി ഭക്തിയോടെ വാഴ്ത്തുന്ന രാജകഥയുടെ (ശൂർപ്പണഖയുടെ) ആവർത്തനം തന്നെയാണ്.

ജൂലൈ 9ന് ആസാമിൽ നടന്ന സംഭവം സദാചാരപാലീസുകാർക്ക് മറ്റു കഥയേക്കാൾ താത്പര്യം തോന്നിയിട്ടുണ്ടാവാം. പൊതു ജനങ്ങൾക്ക് ശല്യമുണ്ടാക്കി എന്നു പറഞ്ഞ് വസ്ത്രമുരിയാനും (ബ്രാവരെ കീറിക്കളഞ്ഞുപോലും!) ക്യാമറക്കണ്ണിൽ പിടിച്ചുനിർത്താനും തുടങ്ങിയാൽ നമ്മുടെ നാട്ടിൽ എത്ര പേർ വസ്ത്രംധരിച്ചു നടക്കും. (കേരളത്തിൽ സ്ത്രീകൾമാത്രം വസ്ത്രംധരിക്കുന്നവരായിത്തീരും) യൂട്യൂബിലൂടെ മാനഭംഗത്തിന്റെ സെൻസർ ചെയ്യാത്ത ഭാഗങ്ങൾ കണ്ട് ആസ്വാദിച്ചവർക്കും വസ്ത്രം ധരിക്കാം. അവരും ആർക്കും ശല്യമുണ്ടാക്കിയില്ല.

ഗോവിന്ദച്ചാമിയെ രക്ഷിക്കാൻപോന്ന ഡോക്ടർമാരും വക്കീലന്മാരും ധാരാളമുള്ള നാടായതുകൊണ്ട് അന്യരുടെ പ്രശ്നങ്ങൾ നമുക്ക് ഏശില്ല എന്നറിയാം! സ്വന്തം ഭാര്യയും കുട്ടികളും കേടാകാതെയിരുന്നാൽ മതി എന്ന തത്ത്വത്തിൽതന്നെ അവർ ഉറച്ചുനിൽക്കും. സദാചാരപോലീസുകാർക്ക് മറ്റൊരു മോഡൽകൂടി ലഭിച്ചതിലുള്ള സന്തോഷമുണ്ടാവും ''ആസാം മോഡൽ!''. ശരീരവും അതിനുപുറത്തണിയുന്ന വസ്ത്രവു

മാണ് പെണ്ണിന്റെ മാനം എന്നു കരുതുന്നവർക്കേ നാണക്കേടുണ്ടാകൂ. ആണത്തം പ്രദർശിപ്പിക്കുന്നതിലും പെണ്ണത്തം മറച്ചുവെക്കുന്നതിലുമാണ് എന്ന് ഇന്നത്തെ തലമുറയ്ക്ക് വിശ്വസിക്കാൻ കഴിഞ്ഞെന്നുവരില്ല. ടിവി ചാനലുകൾ തത്സമയ പ്രക്ഷേപണം നടത്തിയിട്ടും പതറാതെ അറിയാവുന്ന തൊഴിൽ ചെയ്തുജീവിക്കാൻ തീരുമാനിച്ച ആ ആസാമി പെൺകുട്ടിയാവട്ടെ നമ്മുടെ മാതൃക.

2012 ആഗസ്റ്റ്

മതനിന്ദയുടെ പേരിൽ

ഈയിടയായി കേരളത്തിലങ്ങോളമിങ്ങോളം പുലിയിറങ്ങി വാർത്തകൾ സൃഷ്ടിക്കുന്നത് പതിവായിരിക്കുന്നു. കാട്ടിൽനിന്ന് പുലിയിറങ്ങുന്നതുകൊണ്ട് നാട്ടിലെ പുലികളൊക്കെ ഒതുങ്ങാൻ സാധ്യതയേറെയാണ്. കാട്ടിൽ മനുഷ്യന്റെ ശല്യം സഹിക്കാതെ വന്നപ്പോൾ നാട്ടിലിറങ്ങുന്ന പുലികൾക്ക് ഒരാശ്വാസമുള്ളത് തന്റെ വർഗ്ഗം കേരളത്തിൽ നിറഞ്ഞിരിക്കുകയാണ് എന്നതുമാത്രം. പെട്രോൾ ഉപയോഗിക്കുന്ന (ആഴ്ചയിലൊരിക്കൽ വിലകൂടുന്ന) വണ്ടി കാട്ടിലൂടെ ഓടിക്കേണ്ട എന്നതും സവാരിക്ക് ആക്കം കൂട്ടുന്നുണ്ട്. 16,000 കോടിയെങ്കിലും ലാഭമുണ്ട് എന്നത് എണ്ണക്കമ്പനികളൊഴിച്ച് ബാക്കി എല്ലാവരും പറഞ്ഞു നടക്കുന്ന കാര്യമാണ്. വർഗ്ഗസ്നേഹമുണ്ടെങ്കിലും ജാതിയും മതവും ദേശവുമൊന്നും വേർതിരിച്ചു കാണാൻ പുലികൾക്കറിയില്ല. അല്ലെങ്കിൽ പതിനാലുകാരി റിംഷയ്ക്കു പാക്കിസ്ഥാനിൽ സംഭവിച്ചതു പോലെ ദൈവനിന്ദയുടെ പേരിൽ തടവിൽ കഴിയേണ്ടിവരുമായിരുന്നു. ദൈവനിന്ദയ്ക്ക് ദൈവം പോലും അറിയാതെ മരണശിക്ഷ വരെ ലഭിക്കാവുന്ന നാടാണ് ഇത്. കള്ളക്കേസുണ്ടാക്കാൻ മുസ്ലിം പുരോഹിതനായ ഖലീദ് ചിസ്തി, ഖുറാന്റെ പേജുകൾ റിംഷ കത്തിച്ച കടലാസു കൂമ്പാരത്തതിന്റെ കൂടെ കൊണ്ടുവന്നിടുകയായിരുന്നു എന്ന വാർത്ത കണ്ടപ്പോൾ പുലി ഇടയ്ക്കിടെ നാട്ടിൽ വരുന്നതാണ് സമാധാനം നൽകുന്നത് എന്നു തോന്നി. മതത്തിന്റെ കൂട്ടുപിടിച്ച് സ്ത്രീകളോട് വൈരാഗ്യം തീർക്കുകയോ, പ്രധാനകാര്യങ്ങളിൽ നിന്ന് സ്ത്രീകളെ അകറ്റി നിർത്തുകയോ ചെയ്തിട്ടുണ്ട് ഏതു കാലത്തും അധികാരവർഗ്ഗം. ഭരണ കാര്യങ്ങളിൽ മാത്രമല്ല, പണമിടപാടുകളിലും സ്ത്രീകളെ അടുപ്പിക്കാറില്ല ഇന്നും. പണവും സ്വർണ്ണവും സൂക്ഷിക്കാൻ ഈ നൂറ്റാണ്ടിലും തത്രപ്പെടുന്നുണ്ട് നാം. സ്ത്രീയായി പിറന്നവരാരും അതുപറയാൻ കൊള്ളില്ലെന്നിരിക്കെ വാസ്തവത്തിൽ ദൈവത്തിന്റെ സ്വന്തം നാട്ടിൽ നടന്നതും ഇതാണ്. ഇതൊന്നും ദൈവം അറിയുന്നില്ലെന്ന് കരുതാനേ നമുക്ക് കഴിയൂ.

2012 ഒക്ടോബർ

മാധ്യമങ്ങളിലെ ആൺനോട്ടം

സ്ത്രീവീക്ഷണവും സ്ത്രീപക്ഷവീക്ഷണവും വിചിത്രവും വിപരീതവുമായ ദിശയിലേക്കുകൂടി വ്യാപിക്കുന്ന കാഴ്ചപ്പുറത്താണ് നമ്മളിന്ന്. പെണ്ണിന്റെ നഗ്നതയും ലൈംഗീകതയും പ്രദർശിപ്പിക്കുന്നതുമാത്രമാണ് യഥാർത്ഥ സ്ത്രീകാഴ്ചയെന്ന് തെറ്റിദ്ധരിക്കപ്പെട്ടിട്ടുള്ളവരുടെ കാഴ്ചപ്പുറമാണത്. ഈ വികലവീക്ഷണത്തിന്റെ നിഴൽ മലയാളസിനിമയെയും വിഴുങ്ങിക്കഴിഞ്ഞു. സ്ത്രീയുടെ നഗ്നതയും ശരീരവും ഉപയോഗിക്കുകയും ആസ്വദിക്കുകയും ചെയ്യുക, അത്തരം ബോധം ഉത്പാദിപ്പിക്കുന്ന സിനിമകളെ സ്ത്രീപക്ഷ സിനിമകളെന്നു വിളിക്കുക- ഇതെല്ലാം പുരുഷാധിപത്യബോധത്തിന്റെ പുനരുല്പാദനം മാത്രമാണെന്ന് തിരിച്ചറിയേണ്ടതുണ്ട്. സ്വന്തം ഭാര്യയെ പാതിവ്രത്യക്കോട്ടയിൽ സംരക്ഷിച്ച്, ബുദ്ധിജീവികളുടെ നേട്ടങ്ങൾക്കും പുറംലോകവുമായുള്ള ഇഴുകിച്ചേരലിനും വേണ്ടി മോഡേൺ പെൺകുട്ടികളെ കൂടെക്കൂട്ടുന്ന 'സ്ത്രീപക്ഷവാദി' കളായ ബുദ്ധിജീവികളുടെ പതിപ്പായിതീർന്നു സ്ത്രീപക്ഷസിനിമയിലെ നായകന്മാർ. പെൺകുട്ടികളിൽ നിന്നും അന്യരുടെ ഭാര്യമാരിലേക്ക് ഈ പ്രവണത വളർന്നു വികസിച്ചുവെന്നുമാത്രം (പാലേരിമാണിക്യം). സ്വന്തം ഭാര്യയെയും മക്കളെയും സുരക്ഷിത സ്ഥാനങ്ങളിലാക്കി അന്യന്റെ ഭാര്യയിലും മക്കളിലും ലൈംഗികവിപ്ലവം സൃഷ്ടിക്കാനൊരുങ്ങുന്നവന്റെ തന്ത്രം നാം തിരിച്ചറിയേണ്ടതുണ്ട്.

'ബാൻഡിറ്റ് ക്യൂൻ' എന്ന സിനിമയിൽ ഫൂലൻദേവി നിരവധിയാളുകളാൽ (ഏകദേശം പതിനാലുപേർ)ബലാൽസംഗം ചെയ്യപ്പെടുന്ന ഒരു രംഗമുണ്ട്. ബലാത്സംഗരംഗം ഭീകരമായി അനുഭവപ്പെടുന്നുണ്ടെങ്കിലും അടുത്ത ചാൻസ് എനിക്കുതാടാ എന്നുവിളിച്ചു പറയുന്ന കാണികളുടെയിടയിൽ ഇരിക്കേണ്ടിവന്ന ആളാണ് ഈയുള്ളവൾ. സ്വത്വം നഷ്ടപ്പെടുത്തി, ലൈംഗിക ഉപകരണമായി അഭിനേത്രികളെ പ്രേക്ഷകരുടെ

മുന്നിലെത്തിക്കുമ്പോൾ തങ്ങൾ പകർന്നു കൊടുക്കുന്ന ബോധം പ്രേക്ഷകരിലെത്തുന്നത് എങ്ങനെയെന്ന് വിളമ്പുന്നവരായ സിനിമാക്കാർ അറിയാതെ പോവുന്നുണ്ട്. ആണത്തം പ്രകടമാക്കാനുള്ള പുരുഷന്റെ ആയുധമായി ബലാത്സംഗത്തെ ചിത്രീകരിക്കുന്ന സിനിമകളാണ് ആദ്യകാലത്തിവിടെ നിർമ്മിക്കപ്പെട്ടിരുന്നത്. എന്നാൽ ഇന്നാകട്ടെ സ്വതന്ത്രലൈംഗികത എന്ന സ്ത്രീവാദകാഴ്ചപ്പാടിനെ തെറ്റിദ്ധരിപ്പിച്ച് ഉപയോഗപ്പെടുത്തുക എന്ന ആപ്ത വാക്യത്തിലെത്തിക്കുകയും ബലിയാടാക്കപ്പെടുകയും ചെയ്യുന്ന പെൺകുട്ടികളെ ചിത്രീകരിക്കുന്ന സിനിമകളാണ് വരുന്നത്. സ്ത്രീ നഗ്നതമാത്രം പതിയുന്ന ക്യാമറയുമായി നില്ക്കുന്ന ‘മകരമഞ്ഞ്’ പോലെയുള്ള സിനിമകൾ പ്രേക്ഷകർക്കു സമ്മാനിക്കുന്നത് പെൺപക്ഷത്തിന്റെ പുതിയ പാഠങ്ങളല്ല. സ്ത്രീകാഴ്ചയുടെ വശീകരണമന്ത്രം മാത്രമാണ്. സ്ത്രീവാദത്തിന്റെയും സ്ത്രീപക്ഷവീക്ഷണത്തിന്റെയും വാസ്തവികതയിലേക്ക് എത്താൻ ഇനിയും എത്ര കാലം കഴിയേണ്ടി വരും?

2011 ജനുവരി

വേഴ്ചയുടെ കഥകൾ

കേരളം കണ്ട ഏറ്റവും വലിയ രാഷ്ട്രീയബോംബ് കഴിഞ്ഞ ദിവസം കോഴിക്കോട് വീണ് പൊട്ടി. കേരളത്തിലെ എണ്ണപ്പെട്ട പുണ്യവാളന്മാരുടെ ബന്ധുവായ റൗഫാണ് ബോംബിട്ടത്. സത്യസന്ധനും വിനീതനുമായ ഒരു രാഷ്ട്രീയ നേതാവിന്റെ പൊയ്മുഖത്തോടെപ്പം സർവ്വന്യായ ജനസേവകരുടേയും പൊയ്ക്കാലുകൾ ചിതറുന്ന കാഴ്ച കണ്ട് ജനം ഞെട്ടി. ജനം ഞെട്ടിയതും വാസ്തവം മനസ്സിലാക്കിയതുമെല്ലാം അധികാര പ്രേമികൾക്ക് ആയുധമാക്കാനറിയാം. വീണിടം കിടന്ന് നക്കിയാലും ഓരോ ഞെട്ടലും വോട്ടാക്കിമാറ്റാൻ അവർക്കറിയാം.

റൗഫ് എന്ന വിദ്വാൻ ചൂണ്ടിക്കാണിച്ച പണമിടപാടുകളെല്ലാം അയാൾ തന്നെ കാര്യം നടത്തിയിട്ട് ചെയ്തതാണെന്നു പറയാൻ പുണ്യവാളന്റെ പാർട്ടിക്ക് അല്പം പോലും നാണം ബാക്കിയുണ്ടായിരുന്നില്ല. ഈ വാർത്ത പുറത്താക്കുന്നതിനും വ്യാജ സിഡി നിർമ്മിക്കുന്നതിനും ഒരു കൂട്ടുകെട്ട് ഉണ്ടായിരിക്കുന്നു എന്നു പറഞ്ഞ (ഇന്ത്യാവിഷൻ- 30-1-2011) രണ്ടത്താണിക്ക് ശുദ്ധമണ്ടത്തരം മാത്രമേ തലയിൽ വിളയുകയുള്ളോ? ഭരണപക്ഷ പ്രതിപക്ഷ അന്വേഷണങ്ങളെല്ലാം കഴിയുമ്പോൾ റൗഫിന്റെ പെൺവേഴ്ചയെക്കുറിച്ചുള്ള റിപ്പോർട്ടു പുറത്തുവിടാൻ ജനങ്ങളെ സേവിച്ച് തീരാറായ പ്രബലൻമാർക്ക് കഴിയാറാകുമോ? സത്യവും നീതിയും നാട്ടിൽനിന്നുതന്നെ ഓടിച്ച രാഷ്ട്രീയ നേതാക്കന്മാരും വ്യവസായ പ്രമുഖരും മതനേതാക്കളുമെല്ലാം അടങ്ങുന്ന ഒരു അന്വേഷണ കമ്മീഷൻ രൂപപ്പെടാനുള്ള സാധ്യതയും തള്ളിക്കളയാവുന്നതല്ല. പ്രസ്തുത കമ്മീഷൻ തീർച്ചയായും കണ്ടെത്തുക. ''അജിത എന്ന മുൻനക്സലാണ് ഈ പെൺകുട്ടികളെയൊക്കെ പല സ്ഥലങ്ങളിൽ കൊണ്ടുനടന്ന് ലൈംഗികമായി പീഡിപ്പിച്ചത്'' എന്നായിരിക്കും! കാര്യങ്ങളുടെ പോക്ക് അങ്ങോട്ടുതന്നെയാണെന്നത്

ഈ കഴുതകൾക്കും മനസ്സിലാകുന്നുണ്ട് സാറെ! കൊള്ളയും കൊലയും കോടികളുമൊക്കെ പെൺവാണിഭം കൊണ്ടുമറയ്ക്കാമെന്ന വ്യാമോഹത്താൽ ഇറങ്ങിത്തിരിച്ച അനങ്ങാപ്പാറകൾക്ക് കൂടം കൊണ്ടുള്ള അടികൂടി ആവശ്യമായി കാണുന്നുണ്ട് ഈയുള്ളവൾ.

ഇനി മറ്റൊരു കാര്യം, സൗമ്യ എന്ന ധീരയുവതിയുടെ ക്രൂരമായ അന്ത്യം. ഗോവിന്ദചാമിയെപ്പോലെയുള്ള സെക്സ് വീരന്മാർക്ക് വിളയാടാൻ അധികാരവും പണവും വിളഭൂമിയാക്കിയ സെക്സ്റാക്കറ്റുകളുടെ കേളീസദനമായ കേരളത്തിൽതന്നെ വിരുന്നൊരുക്കിയ വിദ്വാന്മാരെ വേണ്ടവിധത്തിൽ കൈകാര്യം ചെയ്യാൻ ഇവിടുത്തെ സ്ത്രീജനങ്ങൾ ഇറങ്ങേണ്ട കാലം അതിക്രമിച്ചിരിക്കുന്നു. നമുക്ക് ഒറ്റക്കെട്ടായി ഇറങ്ങാം. ഇറങ്ങണം.

2011 ഫെബ്രുവരി

അവിവാഹിതരായ അമ്മമാർ

ശക്തമായി കൊടിപാറിക്കാമെന്നു കരുതിയ യു.ഡി.എഫിന് പ്രതീക്ഷിച്ചത്ര ഉയരാൻ കഴിഞ്ഞില്ല. ആരുടെയൊക്കെയോ വിരൽപ്പിഴകൊണ്ട് അധികാരത്തിൽ കേറിപ്പറ്റിയെന്നുമാത്രം. അതിവേഗം ബഹുദൂരം പദ്ധതികൊണ്ട് ഇത്തവണയും വർഷങ്ങൾ വെട്ടിക്കുറക്കേണ്ടി വരുമോ ഉമ്മൻചാണ്ടിമന്ത്രിസഭയ്ക്ക്? മലപ്പുറം കോട്ടയിൽ വിജയാഹ്ലാദം നടത്തിയത് ഐസ്ക്രീം വിതരണം നടത്തിക്കൊണ്ടാണെന്ന അറിവ് സ്ത്രീകളെ അങ്കലാപ്പിലാക്കിയിട്ടുണ്ടാവണം. ഐസ്ക്രീമിനോടുള്ള ആക്രാന്തം ഒട്ടും കുറഞ്ഞിട്ടില്ലെന്ന് കണ്ട് ഞെട്ടൽ വിട്ടുമാറുന്നുമില്ല.

അഴിമതിക്കാരേയും പെൺവാണിഭക്കാരേയും മന്ത്രിമാരാക്കരുത് എന്ന് വി.എസ് പറഞ്ഞാൽ എങ്ങനെയാണ് ശരിയാകുക? അങ്ങനെ വന്നാൽ മന്ത്രിസഭയിൽ മന്ത്രിമാരുടെ എണ്ണം തീരെകുറഞ്ഞുപോകില്ലേ സഖാവേ? ഗൗരിയമ്മ, രാഘവൻചേട്ടൻ എന്നിവരുടെ തോൽവികൊണ്ട് തങ്ങൾ കഴുതകളല്ല എന്ന് ജനം തെളിയിച്ചു കഴിഞ്ഞു. കോഴിക്കോട്ടുകാർക്ക് കെ. മുരളീധരനെ വേണ്ടെങ്കിലും തിരുവനന്തപുരത്തുകാർക്ക് വേണം എന്ന് മനസ്സിലായി. നേർപെങ്ങളുടെ പൊന്നാങ്ങള സ്നേഹം അധികാരമോഹം കൊണ്ട് അതിരുകവിയുന്നത് ഒരു വാസ്തവം. പരാജയത്തിന്റെ കയ്പുനീർ അധികം കുടിക്കേണ്ടിവരാത്തത് വി.എസ്സിന്റെ പോരാട്ടമാണെന്ന് അപൂർവ്വം ചിലരെങ്കിലും തുറന്നുപറഞ്ഞത് പാർട്ടിയുടെ പ്രതിച്ഛായക്ക് ശോഭകൂട്ടുകതന്നെ ചെയ്തു. ആങ്ങളചത്താലും വേണ്ടില്ല നാത്തൂൻ കരഞ്ഞു കണ്ടാൽ മതി എന്ന മനക്കട്ടിതന്നെയാണ് ഇടതിനെ തറപറ്റിച്ചത്. ചുവപ്പൻമാർക്ക് വിപ്ലവത്തിന്റെ നെറിവല്ല അധികാരത്തിന്റെ ഗർവ്വും നെറികേടുമാണ് കൈമുതലായുള്ളത് എന്ന് ആരെങ്കിലും പറഞ്ഞാൽ തെറ്റുപറയാനാവില്ല. ഒരേയൊരു പെൺതരിമാത്രം വിജയിച്ചുവന്നിട്ടും അവർക്കൊരു കസാല നല്കാൻ മറന്നുപോയ വല

തിനെ ജനങ്ങൾ ഓർമ്മിപ്പിക്കേണ്ട ഗതികേടിലാണ് മന്ത്രിസഭാ രൂപീകരണം ആരംഭിച്ചത്. കൈയ്ക്ക് സ്വാധീനം കുറഞ്ഞതിന്റെ പേരിൽ ഇടതിൽനിന്ന് വലതിലേക്കുപോന്ന ജോസഫ് സാറിന് ഇത്തവണ മറ്റേ കൈയ്ക്കും സ്വാധീനക്കുറവ് വന്നാൽ പിന്നെ എവിടേയ്ക്കു ചാടും എന്ന ആശങ്കയും ഞങ്ങൾക്കുണ്ട്.

അവിവാഹിതരായ ആദിവാസി അമ്മമാർക്ക് ഉമ്മൻചാണ്ടി സർക്കാർ ഒരേക്കർവീതം ഭൂമി കൊടുക്കും പോലും! ഗവൺമെന്റിന്റെ ചെലവിൽ സംഗതി നടത്താം. എന്തൊരു ഔദാര്യം! താനുണ്ടാക്കുന്ന (തനിക്കുണ്ടാവുന്നതല്ല) കുട്ടിക്കോ അതിന്റെ അമ്മയ്ക്കോ ഗവൺമെന്റ് സംരക്ഷണം കൊടുത്തോളും. പീഡകർക്ക് ഒന്നും സംഭവിക്കുന്നില്ല താനും. ഇങ്ങനെ പോയാൽ ഈ ഭൂമിമലയാളത്തിൽ ഏക്കറുകൾ തികയാതെ വരും. മറ്റൊരു പരശുരാമനെക്കൂടി സർക്കാർ ഇറക്കുമതി ചെയ്യേണ്ടിയും വരും. ഇങ്ങനെയാണെങ്കിൽ കേരളത്തിൽ തുടങ്ങിവെച്ച സ്ത്രീസൗഹാർദ്ദപദ്ധതികളൊക്കെ വൻവ്യവസായങ്ങൾക്കിടയിൽപെട്ട് തകർന്നടിയും!

2011 ജൂൺ

സ്ത്രീപക്ഷഭരണം!

സ്ത്രീപക്ഷ ഭരണം കൊണ്ട് സമ്പന്നമാകുകയാണ് കേരളം. ശ്രീ.ഉമ്മൻചാണ്ടിയും അദ്ദേഹത്തിന്റെ സർക്കാരും. സ്ത്രീകൾക്കെതിരെയുള്ള അതിക്രമത്തെ എതിർക്കാൻ തീരുമാനിച്ച വിവരം ജനങ്ങൾ അമ്പരപ്പോടെയാണ് നോക്കിക്കാണുന്നത്. സ്ത്രീവിഷയത്തിൽ മാത്രമല്ല, പൊതുജനങ്ങൾക്കുള്ള വാഗ്ദാനത്തിലും ഈ സർക്കാർ അത്ഭുതം കാണിക്കുന്നുണ്ട്. കോടികളുടെയും ലക്ഷങ്ങളുടെയും അഴിമതി കാണിക്കാൻ ലാക്കുനോക്കാതെ പട്ടിണിപ്പാവങ്ങൾക്ക് ബി.പി.എൽ കാർഡ് അനുവദിച്ചുകൊടുക്കാനോ റജീനെയെപോലുള്ളവർക്ക് നീതി നേടികൊടുക്കുവാനോ ശ്രമിക്കേണ്ടിയിരിക്കുന്നു.

സ്ത്രീ സൗഹാർദ്ദ സർക്കാർ രൂപപ്പെടുത്താനുള്ള ശ്രമത്തിലും നമ്മുടെ നാട്ടിൽ പെൺകുട്ടികൾ പീഡിപ്പിക്കപ്പെടുന്നു. കൊച്ചുപെൺകുട്ടികൾ മരപ്പൊത്തുകളിൽ ചീഞ്ഞളിയുന്നു. പട്ടാപ്പകൽ നിയമജ്ഞർ പോലും അതിക്രമത്തിനിരയാകുന്നു. പ്രായപൂർത്തിയായ ഒരു യുവതിക്ക് രാത്രിയിൽ സ്വന്തം ആൺസുഹൃത്തിനൊപ്പം തൊഴിൽശാലയിൽ പോകാൻ കഴിയാതെ വരുന്നു. വീട്ടമ്മമാർ കൊലചെയ്യപ്പെടുകയും യാത്രകളിൽ പീഡിപ്പിക്കപ്പെടുകയും ചെയ്യുന്നു. കേരളത്തെ ദൈവത്തിന്റെ സ്വന്തം നാടാക്കി മാറ്റാൻ പരീക്ഷകളും പാസ്സായിട്ടാണല്ലോ ഭരണാധികാരികൾ കിരീടം വെച്ചിരിക്കുന്നത്. സ്ത്രീപീഡനങ്ങളും ഗാർഹികാതിക്രമങ്ങളും ഇവിടെ പൊട്ടിമുളച്ചുകൊണ്ടിരിക്കുന്നു. പീഡനത്തിന് ലിംഗഭേദമില്ല. പീഡിപ്പിക്കപ്പെടുന്നവരെല്ലാം സംഘടിക്കുകയും വേണം. പക്ഷേ ഈ പുരുഷപ്രജകൾക്ക് തങ്ങളുടെ വാമഭാഗത്തുള്ളവരെ എതിർക്കാൻ വെറും സ്വത്തു പ്രശ്നമോ നേരത്തിനു ഭക്ഷണം കിട്ടാത്ത ഒന്നെങ്കിലും തിരിച്ചുപറയാനുണ്ടാവുമോ? ഒരിക്കലെങ്കിലും ഭാര്യമാരുടെയോ അമ്മമാരുടെയോ സഹോദരിമാരുടെയോ അടികൊണ്ട് സ്വന്തം കുട്ടികളുടെ മുമ്പിൽവെച്ച് പകലെന്നോ രാത്രി

യെന്നോ ഇല്ലാതെ, നാട്ടുകാർ കേൾക്കെ തെറികേൾക്കുകയും തല്ലുകൊള്ളുകയുംചെയ്തിട്ടുണ്ടോ? കുട്ടികളെയും അച്ഛനെയും പട്ടിണിക്കിട്ട് കിട്ടുന്ന ശമ്പളം മുഴുവൻ മദ്യത്തിനു ചെലവഴിച്ചിട്ടുണ്ടോ? ഇതു മാത്രമാണ് കുടുംബത്തിനുള്ളിലെ പീഡനമെന്നു പറയുന്നില്ല. ഭാര്യയേയും മക്കളേയും മുന്നിൽ നിർത്തിക്കൊണ്ട് വേറെ വിവാഹം കഴിക്കുക, താമസിക്കാനിടം കൊടുക്കാതെ നിരത്തിലിറക്കിവിടുക ഇതെല്ലാം പീഡനത്തിന്റെ ഒരു ഭാഗം മാത്രമാണ്.

പീഡനം എവിടെയാണെങ്കിലും അറുതി വരുത്തേണ്ടത് നമ്മളാണ്. മസിൽപവർ കാണിക്കുന്നതുപോലെ ആധിപത്യ മനോഭാവംകൊണ്ട് തങ്ങൾ പറയുന്നതൊക്കെ ജനം വിശ്വസിക്കും എന്ന് കുറച്ച് മണ്ടന്മാർ കരുതിയിട്ടുണ്ടെങ്കിൽ അത് ശുദ്ധഭോഷ്ക്കാണെന്ന് പറയാതെ വയ്യ.

2011 ജൂലായ്

പെണ്ണും സർക്കാരും

കേരളം ഏതവസ്ഥയിലേക്കാണ് കുതിച്ചുകൊണ്ടിരിക്കുന്നത് എന്ന് പടച്ചവനുപോലും പറയാൻ പറ്റാത്ത കാലമാണ്. ദൈവത്തിന്റെ സ്വന്തം നാടെന്ന് ഓമനപ്പേരുവന്നതുകൊണ്ട് ദൈവനാമത്തിൽ എന്തും ചെയ്യാവുന്ന കാലംകൂടിയാണിത്. ഗുണ്ടായിസം നാടിനും നാട്ടുകാർക്കും പ്രിയങ്കരമായിരിക്കുന്നു. സ്ത്രീസൗഹാർദ്ദ ഭരണം വാഗ്ദാനം ചെയ്തിട്ടും നമ്മുടെ മുഖ്യമന്ത്രി ഉമ്മൻചാണ്ടിയേയും വ്യവസായമന്ത്രി കുഞ്ഞാലികുട്ടിയേയും ഈ സ്ത്രീജനങ്ങളെല്ലാം വിടാതെ പിന്തുടരുന്നതിന്റെ രഹസ്യമെന്താണോ? ഉപയോഗിച്ച് വലിച്ചെറിയുന്ന പാരമ്പര്യം കാത്തുസൂക്ഷിക്കുന്നവരല്ല ഇവരാരും. പാരിതോഷികങ്ങൾ നൽകി ഉയർത്തിക്കൊണ്ടു വരുന്നവരാണ്. ഏതോ ഒരു സ്ത്രീ മുഖ്യമന്ത്രിയുടെ മുറിയിൽ പാഞ്ഞുകയറി. സ്ത്രീസംഘടനകൾ വ്യവസായമന്ത്രിയെ ഭീക്ഷണിപ്പെടുത്തുന്നു. നാട്ടിൽ നടക്കുന്ന മുഴുവൻ പെൺവാണിഭങ്ങളിലും (പറവൂർകേസിൽ ഉൾപ്പെടെ) അവരെ വലിച്ചിഴയ്ക്കുന്നതിന്റെ രഹസ്യം ആരും അന്വേഷിക്കാത്തതെന്തേ? നഗ്നമായ സത്യങ്ങൾ മനുഷ്യനെ എന്നും നാണിപ്പിച്ചിട്ടേയുള്ളൂ. മന്ത്രിമാരായിട്ടും ജീവിക്കാൻ സമ്മതിക്കാത്ത ഒരു നാട് എന്നു ചില അഴിമതിക്കൂട്ടം കുണ്ഠിതപ്പെടുന്നുണ്ടാവാം. അടിച്ചമർത്തപ്പെട്ടവരുടെ കൂടെ നിൽക്കുന്ന ഒരു സർക്കാറിന്റെ മറ്റൊരു നയംകൂടി ഇവിടെ വെളിപ്പെടുത്തേണ്ടിയിരിക്കുന്നു. അട്ടപ്പാടിയിലെ ഭൂമി കാറ്റാടിക്കമ്പികൾ പാട്ടത്തിനു കൊടുത്താലും ഉടമസ്ഥാവകാശം ആദിവാസികൾക്കുതന്നെയായിരിക്കുംപോലും! ലാഭവിഹിതം ആദിവാസികൾക്കു കൊടുക്കും! ഉടമസ്ഥാവകാശം എന്നു പറഞ്ഞാൽ അർത്ഥമെന്താണ്? ഭുമിക്ക് ഉടമ ആദിവാസികളും ആദിവാസികൾക്കുടമ സർക്കാറും എന്നാണോ? എന്തായാലും കുഴഞ്ഞുമറിഞ്ഞ ഒരു സൗഹാർദ്ദനയമാണിത് എന്നു വാസ്തവത്തിൽ തോന്നിപ്പോകും.

2011 സെപ്തംബർ

വഴിമാറുന്നവർ

തല്ലിക്കൊന്നും വെടിവെച്ചും ബോംബെറിഞ്ഞും പാരകയറ്റിയും മുന്നേറുന്നുണ്ട് നമ്മുടെ ജനകീയ കേരളം. കയ്യേറ്റത്തിനും തുണി പൊക്കിക്കാണിക്കാനും കണ്ടതും കാണാത്തതും പറയാനും നിയമസഭയിൽ ഇടമുണ്ടെന്നിരിക്കെ കയ്യാങ്കളിക്കു പറ്റുന്നവരെ മാത്രം ജനം വോട്ടു ചെയ്ത് ജയിപ്പിക്കേണ്ടിവരും. അതിക്രമം കാണിക്കുന്ന പോലീസിനെ യുണിഫോമിട്ടാലും ഇല്ലെങ്കിലും തല്ലാമെന്നു പറയുന്ന രാഷ്ട്രീയ ബോംബുകളെ എന്താണു ചെയ്യേണ്ടത്? വാ തോരാതെ വിടുവായിത്തം പറഞ്ഞുനടക്കാതെയും കട്ടുമുടിക്കാതെയും നാട്ടുകാർക്കുവേണ്ടി എന്തെങ്കിലുമൊക്കെ ചെയ്തുകൂടേ എന്ന് ലീഗിലേയും കോൺഗ്രസ്സിലേയും പുണ്യാളന്മാരോടോന്നപേക്ഷിക്കുകയെങ്കിലും ചെയ്തൂടേ ഇവർക്ക്? കട്ടുമുടിക്കാൻ പരസ്പരം ഭരണം കൈമാറുന്ന അഡ്ജസ്റ്റുമെന്റുകൾ നടത്തുന്ന ഏമാന്മാർക്ക് എന്തെങ്കിലുമൊരു കനിവ്, നന്ദി ജനങ്ങളോടുണ്ടാവുമോ? അഴിമതിക്കാര്യത്തിലും പീഡനക്കാര്യത്തിലും മാത്രമാണ് രാഷ്ട്രീയം മറന്ന് ഒന്നാവുന്നത് എന്ന ഗുണം ഇവർക്കുണ്ട്. മലർന്നുകിടന്ന് തുപ്പുന്നതുപോലെയാണ് പ്രതിപക്ഷത്തിരിക്കുന്നവർ ഭരണകാര്യങ്ങളിലെ പോരായ്മകൾ ഉന്നയിക്കുന്നത്. അഴിമതിവീരന്മാരെ ജയിപ്പിക്കാതിരിക്കുകയും ജയിച്ചവർ അഴിമതി കാണിക്കാതിരിക്കുകയും ചെയ്താൽ കേരളത്തിൽ അവസ്ഥ സ്വർഗ്ഗീയമാകുമായിരുന്നു.

ഈ ഗവൺമെന്റിന്റെ പുതിയ ചില പദ്ധതികൾ സ്തുത്യർഹമാണ്. തൂവൽസ്പർശം, തണലും തലോടലും തുടങ്ങിയവയാണ് ഓർമ്മയിൽ കടന്നുവരുന്ന പദ്ധതികൾ. തൂവലും തണലും നഷ്ടപ്പെട്ടാലും സ്പർശവും തലോടലുമെങ്കിലും സ്ത്രീകൾക്ക് കിട്ടുമെന്ന് പ്രതീക്ഷയുണ്ട്. അഴിമതിവീരന്മാരെ നഗ്നരാക്കി തെരുവിലിറക്കാനും പീഡകർക്ക് സ്തുതിപാടുന്നവരെ ചാട്ടവാറടിക്കാനും നിയമമുണ്ടെങ്കിൽ നഗ്നത അല

ങ്കാരമായും ചാട്ടവാർ തിരിഞ്ഞടിച്ചും ചരിത്രം സൃഷ്ടിക്കുമായിരുന്നു. സ്ത്രീകൾക്ക് മൃദുലഭാഗങ്ങളുണ്ടെന്ന് ചീഫ് വിപ്പിനറിയാവുന്നതു പോലെ സാഹിത്യകാരൻ ടി.ഡി.രാമകൃഷ്ണന് സ്ത്രീകളെ ഡീകോഡുചെയ്ത് നഗ്നരാക്കാനും അറിയാമെന്നതും വാസ്തവം. ഞാനും ഒരാഴ്ചക്കാലം എന്റെ മുൻപിലൂടെ കടന്നുപോയ പുരുഷന്മാരെ ഡീകോഡ് ചെയ്തപ്പോൾ എനിക്ക് തോന്നിയത് ''അല്പം പോലും വൃത്തിയില്ലാത്ത ജീവിയാണല്ലോ ഇവർ'' എന്നാണ്. എന്തായാലും വഴിമാറിസഞ്ചരിക്കുന്ന രാഷ്ട്രീയക്കാരും സാഹിത്യകാരന്മാരും സമൂഹത്തിന്റെ 'മുതൽ' ക്കൂട്ടുതന്നെയാണ്.

2011 നവംബർ

അലങ്കാരവും ധൂർത്തും

കേരളത്തിലെ ജനങ്ങൾക്ക് പ്രത്യേകിച്ച് സ്ത്രീകൾക്ക് പ്രതീക്ഷ നൽകുന്ന വാർത്തകളല്ല കേൾക്കുന്നതൊന്നും സ്ത്രീപ്രശ്നങ്ങൾ ഗിന്നസ്ബുക്കിൽ കയറാൻ യോഗ്യത നേടിക്കഴിഞ്ഞു.''40 കുട്ടികളെ അദ്ധ്യാപകൻ പീഡിപ്പിച്ചു', 'പ്രകൃതിവിരുദ്ധപീഡനത്തിൽ പശു ചത്തു' (ദേശാഭിമാനി നവംബർ11, 2011 പേജ് 10) എന്നീ വാർത്തകൾ നമുക്ക് എങ്ങനെ താങ്ങാനാവും? പശു ചത്ത കേസിലെ പ്രതി 17-ാം വയസ്സിൽ അടുത്ത ബന്ധുവിന്റെ മകളായ പത്തു വയസ്സുകാരിയെ പീഡിപ്പിച്ചുകൊന്ന കേസിലെ പ്രതിയാണ്. തെളിവില്ലാത്തിനാൽ കോടതി ഇയാളെ വെറുതെ വിടുകയും ചെയ്തിരുന്നു. അറബ് രാഷ്ട്രങ്ങളിൽ നിലനിൽക്കുന്ന നിയമം കേരളത്തിലും കൊണ്ടുവന്നാലെ നമ്മുടെനാട് രക്ഷപ്പെടൂ.(ഗോവിന്ദച്ചാമിമാരെ ശിക്ഷിക്കേണ്ടത് ഈ നിയമം അനുസരിച്ചു വേണം താനും) അങ്ങനെയൊരു നിയമം വന്നാൽ എന്തായിരിക്കും നമ്മുടെ അവസ്ഥ എന്നു ചിന്തിക്കാൻ ഈയുള്ളവൾ അശക്തയാണ്.

കടബാധ്യതമൂലം കർഷകർ ആത്മഹത്യ ചെയ്തുകൊണ്ടിരിക്കുന്ന നാടാണ് കേരളം. വ്യവസായത്തിൽ മുക്കിക്കൊല്ലുന്നതിനുമുമ്പ് കർഷകരൊക്കെ രക്ഷപെടുന്നതാവാം. കേവലം രണ്ടും മൂന്നും ലക്ഷംരൂപ കടമുണ്ടെന്നതിനാലാണ് കർഷകർ ആത്മഹത്യ ചെയ്യുന്നത്. കോടികളുടെ ധൂർത്തുള്ള വിവാഹവും കോടികൾ കോഴ വാങ്ങുന്ന പദ്ധതികളും കോടികൾ ചെലവുവരുന്ന യാത്രകളും (എം.പി മാരുടെ യാത്രാകൂലി 9 കോടി രൂപ ആയിപോലും) നടക്കുന്ന കേരളത്തിലാണ് ഈ ആത്മഹത്യകൾ എന്നോർക്കുന്നവർക്കൊക്ക ഖേദം തോന്നാതിരിക്കില്ല. രണ്ടരകോടി രൂപയുടെ ആഭരണങ്ങളും പതിനഞ്ചുലക്ഷം രൂപയുടെ സദ്യയും രണ്ടുലക്ഷം രൂപ വരുന്ന ക്ഷണക്കത്തും ലക്ഷങ്ങൾ വിലമതിക്കുന്ന വിവാഹവസ്ത്രങ്ങളും കൂടാതെ കല്യാണത്തിനു അലങ്കരി

ക്കാനെടുക്കുന്ന പണവുമുണ്ടെങ്കിൽ കുറെ കർഷകരുടെ ജീവൻ രക്ഷിക്കാനാകും. ഓരോ അഞ്ചുവർഷവും മാളികവീടുകൾ ഇടിച്ചുതകർത്ത് മണിമാളിക പണിയുന്നവരുടെ നായ്ക്കൂട് പണിയുന്ന പണം മതി ഒരു കർഷകൻ രക്ഷപ്പെടാൻ. കോടികൾ കോഴവാങ്ങുന്നവർക്ക് അല്പം മനുഷ്യസ്നേഹമുണ്ടായാലും ഒരു കർഷകന്റെ ആത്മഹത്യ ഒഴിവാക്കാം. ജനങ്ങളുടെ കാരുണ്യം കൊണ്ട് ജയിച്ച്, അവരുടെ നികുതിപ്പണംകൊണ്ട് ചികിത്സയ്ക്കും പഠനത്തിനുമായി ആഴ്ചയിലാഴ്ചയിൽ വിദേശത്തു പോയിവരുന്ന പണമുണ്ടെങ്കിലും കർഷകരുടെ കടക്കെണി ഒഴിവാക്കാം. ജനങ്ങളുടെ ക്ഷേമപദ്ധതികൾക്കുള്ള പണം മുഴുവൻ വിഴുങ്ങുന്ന ഉദ്യോഗസ്ഥപ്രഭുക്കൾ വിചാരിച്ചാലും അവരെ രക്ഷിക്കാൻ കഴിഞ്ഞേക്കും.

ഇടം കാലുകൊണ്ട് വലംകാല് ചൊറിഞ്ഞും വലംകാലുകൊണ്ട് ഇടംകാലു ചൊറിഞ്ഞും കളിക്കുന്ന ഇണ്ടനമ്മാവൻമാർക്ക് പറയാൻ യോഗ്യതയില്ല എന്നത് വാസ്തവം തന്നെ. ഇടതുപക്ഷം വളരെ ഗാംഭീര്യത്തോടെ ഭരണപക്ഷത്തെ കുറ്റം പറയുന്നത് സ്വന്തം ഏനക്കേട് മറയ്ക്കാനാണെന്ന് ആർക്കാണറിഞ്ഞുകൂടാത്തത്. കർഷക ആത്മഹത്യയ്ക്കു പിന്നിൽ ഇപ്പോഴത്തെ ഗവണ്മെന്റിന്റെ പോരായ്മയാണെന്നു പറയുന്നത് ഒരു പോരായ്മതന്നെ. ഈ ഗവൺമെന്റിന്റെ കാലത്ത് കടമെടുത്തവരല്ല ഇവരൊന്നും. എല്ലാ ആനുകൂല്യങ്ങളും അവരവരുടെ ഏറാൻ മൂളികൾക്കുമാത്രം കൊടുത്തുശീലിച്ചവർക്ക് ഈ ആത്മഹത്യയൊന്നും അത്ര കാര്യമല്ലതന്നെ.

2011 ഡിസംബർ

സ്ത്രീകൾ വിചാരിച്ചാൽ

ജനനായകരുടെ പുതിയ സഭ രൂപംകൊള്ളാൻ പോവുകയാണ്. ആരെ തിരഞ്ഞെടുക്കണമെന്ന അങ്കലാപ്പിലാണ് ജനങ്ങൾ. നല്ലവ രാരാണെന്ന് ചുരന്നു നോക്കാനുള്ള ആയുധം ജനങ്ങൾക്കില്ലല്ലോ. അവർക്കുവേണ്ടതിത്രമാത്രം. തങ്ങളുടെ പെൺകുട്ടികളുടെ ഉടുതു ണികളഴിക്കരുത്. ബി.പി.എൽ കാർഡിനുടമകളായ തങ്ങളെ എ.പി.എൽ ആക്കരുത്. തങ്ങൾ താമസിക്കുന്ന 5 സെന്റ് പുരയിടം, വ്യവസായം, വികസനം, റോഡ് എന്നിവയുടെ പേരു പറഞ്ഞ് തട്ടിയെടുക്കരുത്. പിന്നൊരുകാര്യം, ഞങ്ങൾ സ്ത്രീകൾ വിചാരിച്ചാൽ ജയിക്കുന്നവരും തോല്ക്കുന്നവരും നിങ്ങളിലുണ്ട് നേതാക്കന്മാരെ! ജയിപ്പിച്ച ചരിത്ര വും തോല്പിച്ച ചരിത്രവും ഞങ്ങൾക്കുണ്ട്. അഴിമതി വീരന്മാരും പെൺവാണിഭക്കാരും തോല്ക്കുന്നതുതന്നെയാണ് ഞങ്ങൾക്കിഷ്ടം. ജയിച്ചുവരുന്നവർക്കും എല്ലാത്തിനും അവസരം കൊടുക്കണമല്ലോ? വോട്ടുചെയ്യാൻ മാത്രം അറിഞ്ഞിരുന്ന ജനത്തിന് നേതാക്കന്മാരെ തിര ഞ്ഞെടുക്കാനും മത്സരിപ്പിക്കാനും ജയിപ്പിക്കാനും അറിയാം എന്നു കാണിച്ചുകൊടുത്തത് ഇത് രണ്ടാമത്തെ തവണയാണ്. ഏതൊക്കെയോ ശരികളുടെ പിന്നിൽ ഉറച്ചുനിന്നിട്ടും സ്വന്തം സ്ഥാനത്തിരുന്ന് ഒന്നും ചെയ്യാൻ കഴിയാതിരുന്നിട്ടും കേരളത്തിലെ സത്യമുള്ളൊരു നേതാ വാണെന്നതിന്റെ പേരിൽ സീറ്റു നിഷേധിക്കപ്പെട്ടിട്ടും അടിസ്ഥാനവർഗ പ്പാർട്ടിയുടെ ഔദ്യോഗിക അഹങ്കാരത്തിന് അറുതി വരുത്താനും ജന ത്തിനറിയാമെന്ന് മനസ്സിലാക്കേണ്ട സമയമായി. എന്തായാലും ജനം കൺഫ്യൂഷനിലാണ്. വാസ്തവത്തിൽ ആരെ ജയിപ്പിക്കണം? മാറിമാറി ജയിപ്പിച്ചിട്ടും ഫലമൊന്നും കാണുന്നില്ല. തമ്മിൽ ഭേദമെന്നു തോന്നി, ഒറ്റക്കെട്ടായി ചൂഷണത്തിലേക്കു പോകില്ല എന്ന വിശ്വാസത്തിൽ ഇട തിനെത്തന്നെ ഭരണത്തിലേറ്റാനുള്ള പുറപ്പാടിലേക്കാണോ ജനത്തിന്റെ പോക്ക്? ഇപ്പോൾ കൺഫ്യൂഷൻ പാർട്ടികൾക്കാണ്. ജനത്തിനല്ല എന്നതു സത്യം.

2011 ഏപ്രിൽ

നാടകമേ ഉലകം

തെരഞ്ഞെടുപ്പ് മാമാങ്കം കഴിഞ്ഞു. പരസ്പരം പഴിചാരാനെടുത്ത ആയുധങ്ങളുടെ മൂർച്ച കുറഞ്ഞു. കൊല്ലുക അല്ലെങ്കിൽ ചാവുക എന്ന ചാവേർ ദൗത്യം തല്ലുക അല്ലെങ്കിൽ തല്ലിക്കുക എന്ന കർമ്മത്തിന് വഴിമാറി. പെൺവാണിഭങ്ങളും സ്ത്രീപീഡനങ്ങളും വോട്ടുബാങ്കാക്കിയ കാലം. ചികഞ്ഞ് പുറത്തിട്ടാൽ വോട്ട്. നിശ്ശബ്ദം വീഴ്ത്തി മാനം മുട്ടെ വളർന്നാലും വോട്ട്. ഐസ്ക്രീം കഴിച്ചാലും വേണ്ടില്ല ഒരുത്തിയെന്ന് വിളിക്കരുത്. ട്രെയിനിൽ നിന്നുവീണു മരിച്ച സൗമ്യയെ മറന്നാലും ജനം ലതികാസുഭാഷിനെ മറക്കാൻ വഴിയില്ല. പല നിയോജകമണ്ഡലങ്ങളിലും പുരുഷത്വത്തിന്റെ പുപ്പുലി സംസ്കാരം പുറത്തുചാടി. കിരീടം വെക്കാതെ വാഴാമെന്നുള്ള മോഹത്തിന് കടിഞ്ഞാണിടാതെ നോക്കേണ്ടത് സ്ത്രീകളോട് പരാക്രമം കാണിച്ചിട്ടാവണം എന്ന ആദ്യപാഠം വീണ്ടും അടവാക്കി. മൂടിവെച്ച സത്യങ്ങൾ പുറത്തുവിടാൻ ഒരു വേദിയും കൊടുക്കില്ല എന്ന വാശി ജയിച്ചു. നാടു ചീത്തയായാൽ കല്ലുമഴക്കു പകരം തെറി മഴ പെയ്യുമെന്നും ജനം മനസ്സിലാക്കി. പീഡകരുടെ രാജാവിനു സ്തുതി. ഐസ്ക്രീം അംശം പറ്റാമെന്നു മനസ്സിലാക്കി ചിലർ വീട്ടിലിരിക്കുന്ന അമ്മപെങ്ങന്മാരെ പീഡിപ്പിച്ചാൽ പുറത്തുപറയരുത് എന്ന് ചട്ടം കെട്ടി.

സ്വന്തം വോട്ടവകാശം ഉപയോഗിക്കാനുള്ള വിവേകത്തോടൊപ്പം പോളിങ്ങ് ബൂത്തിലെങ്കിലും തുല്യരാണെന്ന ബോധം കൂടി ആവശ്യമുണ്ടെന്ന് നടി കാവ്യാമാധവനും തെളിയിച്ചുകഴിഞ്ഞു. ഉത്തരം കാത്തുകിടക്കുന്ന ഒട്ടേറെ ചോദ്യങ്ങളുന്നയിച്ചിട്ടും പ്രശ്നങ്ങളില്ലാത്ത പോലെ ഇരുപക്ഷവും മാനം നോക്കുന്നതെന്തേ? ഏതുതരത്തിലും പെണ്ണിന്റെ മേൽ കത്തിവെക്കാൻ കാത്തുനിന്നപോലെ ചേർത്തലയിലും കൊല്ലത്തും നിറവയറുകൾ ഒന്നിച്ചു കീറിമുറിക്കാൻ ഭിഷഗ്വരന്മാർക്ക് യാതൊരു മടിയുമുണ്ടായില്ല. കൂട്ടബലാംത്സംഗം പോലെതന്നെ കൂട്ട സിസേറിയനും കാണണമെങ്കിൽ ദൈവത്തിന്റെ സ്വന്തം നാട്ടിൽതന്നെ

വരണം. ഇങ്ങനെയൊക്കെയാണെങ്കിലും പെണ്ണിന്റെ നേരെയുള്ള ഏത ക്രമവും വെറും പെണ്ണുകേസെന്ന് വിധി എഴുതാൻ കർത്താക്കന്മാർ ഇവിടെയുണ്ട്. കാടത്തം നിറഞ്ഞ മനസ്സുമായി അടുത്തയരങ്ങിൽ കാട ന്മാരുടെ നാടകമാണ് അരങ്ങേറുന്നതെങ്കിൽ വീട്ടിലിരിക്കുന്ന പെണ്ണിന്റെ, നാടിളക്കുന്ന പെണ്ണിന്റെ വീറാണ് സദസ്സിൽ മുഴങ്ങുക. നാടകമേ ഉലകം!

2011 മെയ്

തെരഞ്ഞെടുപ്പിലെ സംവരണം

തദ്ദേശ സ്വയംഭരണ സ്ഥാപനങ്ങളിലേക്ക് അൻപത് ശതമാനത്തില ധികം സീറ്റിലും സ്ത്രീകൾ അണിനിരന്നു കഴിഞ്ഞു. വീട്ടിലിരു ന്നവരും പുറത്തിറങ്ങി പ്രവർത്തിച്ചവരും ഓടിച്ചിട്ടുപിടിച്ചവരുമെല്ലാം സംവരണത്തിൽപ്പെട്ടു. സംവരണം ഒരു അധികാര ആനുകൂല്യമാകുമ്പോൾ സ്വതന്ത്ര വ്യക്തിത്വങ്ങളെയും ഭരിക്കാൻ കിട്ടുമെന്ന പ്രതീക്ഷയിലാണ് രാഷ്ട്രീയപാർട്ടികൾ. വീട്ടിൽ കർശനഭരണവും നാട്ടിൽ കൈയിട്ടുഭര ണവും നടത്തിപ്പോരുന്ന കുട്ടിനേതാക്കൻമാർക്ക് ഭരിക്കുന്ന പെണ്ണു ങ്ങളെ ഭരിക്കാനുള്ള അവസരം നഷ്ടമാകുമോ? ഭരിക്കുന്നവർ ജുബ്ബാ കളിലും കോന്തല കക്ഷത്തിലിരിക്കുന്ന മുണ്ടുകളിലും നിറഞ്ഞ സാന്നിദ്ധ്യമായി നിലയുറപ്പിച്ചിട്ടുണ്ട്.

അടുക്കളയും അടിമപ്പണിയും മാത്രമല്ല അടക്കി ഭരണവും തങ്ങൾക്കാവുമെന്ന് അറിയിക്കാനുള്ള അവസരമാണ് വനിതാ പ്രതിനിധികൾക്ക് കൈവന്നിരിക്കുന്നത്. വീടിനുള്ളിൽ പങ്കാളിത്തം ന ല്കാൻ മടിക്കുന്നവർ നാട്ടിലെ ഭരണം കണ്ട് വെളറിപിടിച്ച് പാഞ്ഞു കളിക്കുമോ? പത്തുപതിനഞ്ചു വർഷം മുമ്പ് പഞ്ചായത്ത് തെരഞ്ഞെ ടുപ്പിൽ ജയിച്ച വനിതയ്ക്ക് സ്വീകരണം നല്കിയപ്പോൾ, മെമ്പർക്കിട്ട മാല സ്വീകരിച്ചത് അനുഗമിച്ചിരുന്ന ഭർത്താവായിരുന്നു എന്ന കാര്യം ആരും വിസ്മരിച്ചിട്ടുണ്ടാവില്ല. സ്ത്രീശാക്തീകരണപാതയിൽ പടവു കൾ ചവിട്ടി ഭരണരംഗത്തെത്തിയാലും വീടിനുള്ളിൽ ഭരിക്കപ്പെടുന്ന അവസ്ഥയ്ക്ക് യാതൊരു മാറ്റവും അധികാരത്തിലിരിക്കുന്ന പാവം ഭാര്യമാർക്ക് ഉണ്ടാവാൻ വഴിയില്ല. സ്വന്തം ഭാര്യയെ വീട്ടിനുള്ളിൽ തള യ്ക്കുകയും സ്ത്രീകളെല്ലാം പുറത്തിറങ്ങി പ്രവർത്തിക്കണമെന്ന് ഗീർവാണം മുഴക്കുകയും ചെയ്യുന്ന എല്ലാ വീരനേതാക്കൻമാരുടെയും സ്ത്രീവിരുദ്ധത 50% വരുന്ന സ്ത്രീ പ്രാതിനിധ്യത്തെയും അവരുടെ ഭരണത്തെയും എങ്ങനെ സ്വതന്ത്രമാക്കുമെന്ന് കണ്ടറിയുക തന്നെ

വേണം. എന്തായാലും അടുക്കളഭരണത്തിന്റെ അടുക്കും ചിട്ടയും പാഠങ്ങളും ഉൾക്കൊണ്ട് ശക്തിയും കഴിവും അടക്കിവെച്ചിരുന്ന സ്ത്രീകൾ ഭരണത്തിനുള്ള തയ്യാറെടുപ്പു നടത്തിക്കഴിഞ്ഞു.

സ്ത്രീകളുടെ താത്പര്യങ്ങളും വ്യക്തിത്വവും മുന്നിൽകണ്ട് പ്രവർത്തിക്കുവാൻ അവർക്കു കഴിയുകതന്നെചെയ്യും. സ്ത്രീകളുടെ കാര്യങ്ങൾ പിന്നാമ്പുറത്തേക്ക് മാറ്റിവെയ്ക്കാതെ ജീവിതാനുഭവ വെളിച്ചത്തിൽ കാര്യങ്ങൾ നീക്കാൻ കഴിയുമെന്നും നമുക്ക് പ്രത്യാശിക്കാം.

2010 ഡിസംബർ

ആര് ഭരിച്ചാലും

പാഠപുസ്തകം, ആണവകരാർ, കോഴ ഇതെല്ലാം ഭരണ-പ്രതിപക്ഷ സംവിധാനങ്ങളെ ഇളക്കിമറിച്ചുകൊണ്ടിരിക്കുമ്പോഴും സാധാരണക്കാരെ അസ്വസ്ഥരാക്കുന്നത് കേരളത്തിൽ അടിക്കടിയുണ്ടായിക്കൊണ്ടിരിക്കുന്ന സ്ത്രീപീഡനങ്ങളും കൊലപാതകങ്ങളുമാണ്. ആര് ഭരിച്ചാലും വിലക്കയറ്റവും ദാരിദ്ര്യവും അവസാനിക്കില്ല എന്ന് പഠിച്ച പൊതുജനം, സ്ത്രീപീഡനം അവസാനിപ്പിക്കാം എന്ന് വാക്കുതന്ന മുൻ പ്രതിപക്ഷ നേതാവിനെ വിശ്വസിച്ച് ഭരണത്തിലേറ്റിയത് തെറ്റായിപ്പോയി എന്ന് ഏറ്റുപറഞ്ഞുകൊണ്ടിരിക്കുകയാണ്. യഥാ രാജ തഥാപ്രജ എന്ന പഴമൊഴിയുടെ അർത്ഥം ഇക്കാലത്താണ് ഈയുള്ളവൾക്ക് ശരിക്കും മനസ്സിലായത്. കൊച്ചുപെൺകുട്ടികളെ ലൈംഗിക ആവശ്യത്തിന് ഉപയോഗിച്ച് മാനികളായി നടിക്കുന്ന നേതാക്കൻമാരെ ഭരിക്കാൻ വിടുന്നവരും സംരക്ഷിക്കുന്നവരുമായ രാജാക്കൻമാരുള്ള ലോകത്ത് പ്രജകളും എല്ലാ നേട്ടങ്ങൾക്കും പെണ്ണിനെ ഉപയോഗിച്ച് തുടങ്ങിയിരിക്കുന്നു. അയൽക്കാരിയായാലും സ്വന്തം രക്തത്തിൽ പിറന്നമകളായാലും സാമ്പത്തിക ലാഭത്തിന് ഉപയോഗിക്കാമെന്ന പാഠം ജനങ്ങളെ പഠിപ്പിച്ചുകൊണ്ടിരിക്കുന്ന ഉന്നതന്മാരെ അനുകരിക്കുന്ന പുരുഷപ്രജകൾ വളർന്നുകൊണ്ടിരിക്കുന്നു.

കൊച്ചു പെൺകുട്ടികളെ ലൈംഗികവേഴ്ചക്കിരയാക്കുന്ന ഞെട്ടിപ്പിക്കുന്ന വാർത്തകൾ നമുക്ക് പുതുമയല്ലാതായിരിക്കുന്നു. സ്വന്തം മകളെ കാമപൂരണത്തിന് ഉപയോഗിക്കാനും വില്ക്കാനും തയ്യാറാകുന്ന അച്ഛൻമാരുടെ കഥകൾ കേരളത്തിന്റെ ഹൃദയം തകർത്തുകൊണ്ടിരിക്കുന്നു. അച്ഛനും അച്ഛന്റെ അനുജനുംകൂടി ഉപയോഗിച്ച പെൺകുട്ടിയും അച്ഛൻ പണസമ്പാദനത്തിനുവേണ്ടി വിറ്റ പെൺകുട്ടിയും പഴംകഥകളായിത്തീർന്നു. പുതിയ കാമുകിയുടെകൂടെ ഒളിച്ചോടാൻ ഭാര്യയേയും നാലുമക്കളെയും കൊന്ന പുരുഷനെ സാമ്പത്തിക വിദ

ഗ്ദരും സംസ്കാരിക നായകരും മനഃശാസ്ത്രജ്ഞരുമൊക്കെ നോക്കി ക്കണ്ടത് സമൂഹത്തിന്റ, മനസ്സിന്റെ താളം തെറ്റലായി മാത്രമാണ്. പെണ്ണിനെ (മകൾ, സഹോദരി, ഭാര്യ, അമ്മ) എന്തും ചെയ്യാനുള്ള അധികാരം ആരാണ് ഇവർക്ക് കൊടുത്തത്? സ്ത്രീയെ വ്യക്തിയായി അംഗീകരിക്കുകയും അവളുടെ ലൈംഗികതയെ അവളുടെ തീരുമാന ത്തിനുവിടുകയും ചെയ്യുന്ന ഒരു സാംസ്കാരിക മുന്നേറ്റത്തിലേ ഇത്തരം പീഡനങ്ങൾ കുറയുകയുള്ളൂ. ആരായി ജീവിക്കണമെന്ന് തീരുമാനി ക്കുവാനുള്ള സ്വാതന്ത്ര്യം പെണ്ണിനുതന്നെ വിട്ടുകൊടുക്കുക. അത് പ തിനെട്ടു വയസ്സിലായാലും. വിവാഹിത അല്ലെങ്കിൽ സന്യാസിനി എന്നീ പദവികൾ തെരഞ്ഞെടുക്കേണ്ടിവരുന്ന പെണ്ണിൽ നിന്ന് ഏറെ വളർന്നു കഴിഞ്ഞ ഒരു പെൺചരിത്രമാണ് നമുക്കുള്ളത്. സ്ത്രീപീഡനങ്ങളിൽ കർശന ശിക്ഷാ നടപടികൾ സ്വീകരിച്ചില്ലെങ്കിൽ ഇത്തരക്കാരെ സ്ത്രീ കൾതന്നെ കൈകാര്യം ചെയ്യേണ്ടിവരും.

2008 മാർച്ച്

ബുദ്ധിജീവിയും ലൈംഗികത്തൊഴിലാളിയും

മന്ത്രിശ്രേഷ്ഠരും അധികാരികളും ലൈംഗിക സമ്പന്നതയിൽ കൊടികുത്തി വാഴുകയാണ്. പാവം ബുദ്ധിജീവികളാവട്ടെ ലൈംഗിക ദാരിദ്ര്യം കൊണ്ട് ഒരു ചുവന്ന തെരുവെങ്കിലും സൃഷ്ടിക്കപ്പെടണമെന്ന് മാന്യമായി ആഗ്രഹിക്കുകയും ചെയ്യുന്നു.* പല സ്ഥാനമാനങ്ങളും പെൺവാണിഭവീരന്മാർക്ക് സംവരണം ചെയ്തുകഴിഞ്ഞു. കൊന്നാലും, തിന്നാലും ചോദിക്കാനാളില്ലാത്ത അവസ്ഥ. എന്തു തോന്ന്യാസവും നടക്കുന്ന സ്ഥലം എന്ന ഖ്യാതി കേരളത്തിനും. വെട്ടിനുറുക്കി കാൽ കുമരകത്തും, തല കൊച്ചിയിലും, ഉടൽ ബണ്ടിലും (തണ്ണീർമുക്കം) എറിഞ്ഞു കളയാം. ഏതു പെൺകുട്ടിയുടെയും വയസ്സ് തിരുത്തി മനസ്സ് മാറ്റി ആവശ്യക്കാർക്കൊക്കെ വിറ്റുപണമുണ്ടാക്കാം. (സ്വന്തം അമ്മ പെങ്ങന്മാരാകരുത് എന്ന് നിർബന്ധമുണ്ടോ എന്നറിയില്ല). പണം കൊടുത്ത് ചരക്കുവാങ്ങിയവർ തട്ടികൊണ്ടുപോയി പീഡിപ്പിച്ച് പഴുത്തു ചീഞ്ഞ ലൈംഗികാവയവത്തോടെ തിരിച്ചെത്തി ജീവിക്കുന്നവരെ ദുർനടപ്പുകാരായി കാണുന്നു.

അവരെ വീട്ടിൽ ചെന്ന് പീഡിപ്പിച്ചതല്ലേ! പണവും അധികാരവും കയ്യിലുണ്ടെങ്കിൽ ജീവിതം സുഭിക്ഷം. നീതി എന്നത് നിയമത്തിനും കോടതിക്കും തൊട്ടുതീണ്ടിയിട്ടില്ല. സ്ത്രീകൾ നിയമവും നീതിയും കൈയ്യിലെടുക്കേണ്ടിവരുമോ? കേരളത്തിൽ പാവപ്പെട്ട ഒരമ്മയും പാവപ്പെട്ട മക്കളും ഉണ്ടായിക്കൂടാ. ഏത് ഇടവഴിയിലും തന്നെ കയറി പിടിക്കാൻ കാമവെറി പൂണ്ട് ഒരുവൻ പതിയിരിക്കുന്നുണ്ടാവാം. എന്ന് കരുതി നടക്കേണ്ടിവരും അവർക്ക്. പെൺവാണിഭകഥകൾ പരമ്പരകളാവുമ്പോഴും സ്ത്രീകളെന്തേ വാസ്തവത്തിനും പിന്നാമ്പുറം തേടുന്നു. അക്രമങ്ങൾ കൊടികുത്തി വാഴുന്നിടത്ത് ഉളുപ്പുള്ള ഒരു ഭരണം പ്രതീക്ഷിക്കാമോ? ഇതൊന്നുമില്ലെങ്കിൽ ഇതിനൊക്കെ പോംവഴികളെന്തെന്ന് കൂടി ആലോചിക്കേണ്ടിവരും.

* ലൈംഗിക ദാരിദ്രകൊണ്ടാണ് പീഡനങ്ങളുണ്ടാവുന്നത്. അത് ഇല്ലാതാകണമെങ്കിൽ ചുവന്നതെരുവുകൾ കൂടിയേതീരു എന്ന് ഒരു കൂട്ടം ബുദ്ധിജീവികൾ.

2005 മാർച്ച്

ലൈംഗിക വിപ്ലവം

കേരളത്തിന്റെ സാംസ്കാരിക ചരിത്രം ലൈംഗികവിപ്ലവത്തിലേക്ക് കുതിക്കുമ്പോൾ നമ്മുടെ ബുദ്ധിജീവികളും സാംസ്ക്കാരിക നായകൻമാരും സ്ത്രീകളുടെ ലൈംഗികസ്വാതന്ത്ര്യത്തിനുവേണ്ടി പോരാട്ടമാരംഭിച്ചുകഴിഞ്ഞു. സ്ത്രീകൾക്ക് ലൈംഗികസ്വാതന്ത്ര്യം ലഭിക്കുന്നത് ലൈംഗിക തൊഴിലിലൂടെ മാത്രമാണ് എന്നും കണ്ടുപിടിച്ചുകഴിഞ്ഞിരിക്കുന്നു. ''സ്വതന്ത്രവും വൃത്തിയുള്ളതും ആരോഗ്യകരവുമായ ലൈംഗികതൊഴിലാളികളുടെ സമൂഹം'' ഇവിടെ ഉണ്ടാവേണ്ടതിന്റെ ആവശ്യകത ഊന്നിപ്പറയുന്നു.

കുടുംബം പുരുഷ കേന്ദ്രീകൃതമാണ് എന്ന ഫെമിനിസ്റ്റു ചിന്തയാണ് സ്വതന്ത്രമായ വേശ്യാ സമൂഹത്തിന് വേണ്ടിയുള്ള പ്രവർത്തനത്തിന് ഇവരെ സജ്ജരാക്കിയത് എന്ന ജാടകൂടെയുണ്ട്. തന്റെ ഭാര്യയും കാമുകിയും നല്ല തറവാടിത്തവും അന്തസ്സുമുള്ളവരുമാകണം എന്നാണ് ഇക്കൂട്ടരുടെ മോഹം. ഭാര്യയെയും കാമുകിയെയും മാത്രമല്ല എല്ലാ സ്ത്രീകളെയും പ്രാപിക്കുവാനുള്ള അധികാരം പിടിച്ചടക്കാനുള്ള ഗൂഡാലോചനയായിട്ട് ഇത് കാണേണ്ടതുണ്ട്. ഇങ്ങനെ കേരളത്തിലെ പെൺതലമുറയെ പുതിയ വൃത്തിയിലേക്ക് നയിക്കാൻ പാടുപെടുകയാണ് ഇവർ. എഞ്ചിനീയറോ, ഡോക്ടറോ, പത്രപ്രവർത്തകയോ ആകുന്നതിനു സമമാണെന്നും ഇവർ വാദിക്കുന്നു. നളിനി ജമീലയെക്കൊണ്ട് ആത്മകഥ എഴുതിച്ച് നളിനി ജമീലയുമായി നടത്തിയ സംഭാഷണങ്ങളിൽ നിന്നും. (ഐ. ഗോപിനാഥാണ് എഴുതിയത് നളിനി ജമീല അല്ല) ലൈംഗിക സ്വാതന്ത്ര്യത്തെ പരമോന്നതിയിൽ എത്തിക്കുന്നു ഇവർ. നിവൃത്തികേടുകൊണ്ട് തൊഴിലിലേർപ്പെട്ടവരെ പുനരധിവസിപ്പിക്കാനോ അവർക്കു നേരിടേണ്ടിവരുന്ന ചൂഷണങ്ങൾ കാണാനോ ഇവർ തയ്യാറാവുന്നില്ല. പകരം വൃത്തിയുള്ള വേശ്യാസമൂഹം തങ്ങളുടെ ലൈംഗികദാരിദ്ര്യത്തിന് കൂടിയേ തീരു എന്നാണിവരുടെ വാദം.

ലൈംഗിക സ്വാതന്ത്ര്യം ആഗ്രഹിക്കുന്ന എല്ലാ ലൈംഗിക തൊഴിലാളികളും എന്ത് സ്വാതന്ത്ര്യമാണ് അനുഭവിക്കുന്നത് എന്ന് മനസിലാകുന്നില്ല. വിശ്വസ്തനും കുടുംബസ്ഥനുമായ ഭർത്താവിൽ നിന്ന് കിട്ടാത്തത് ലൈംഗിക വൈകൃതം മൂത്ത് കടന്ന് വരുന്ന മനുഷ്യാധമരിൽ നിന്ന് ലഭിക്കുമെന്ന് കരുതണമോ? ഇതിനു വേണ്ടി വാദിക്കുന്നവരെയും പുതിയ സമൂഹസൃഷ്ടിയിലേർപ്പെടുന്നവരെയും പുറന്തള്ളാൻ കേരള സ്ത്രീത്വത്തിന് കഴിയണം. ലൈംഗിക സ്വാതന്ത്യം എന്നാൽ പണം കൊടുത്ത് ആവശ്യാനുസരണം സ്ത്രീശരീരത്തെ ഉപയോഗിക്കുന്ന പ്രക്രിയയല്ല എന്ന ബോധം കേരളത്തിന്റെ സാമാന്യബുദ്ധിയിൽ കലർത്തേണ്ടതുണ്ട്. സ്വന്തം ശരീരത്തിൻമേലുള്ള സ്വത്വബോധവും ആവശ്യത്തിന് രതി സ്വീകരിക്കാവുന്ന സ്വാതന്ത്ര്യവും അതിൽ പെടും. വില പേശി ശരീരം വാങ്ങുകയും അതിൻമേൽ ആധിപത്യം സ്ഥാപിക്കുകയും ചെയ്യുന്ന പുരുഷാധികാരത്തിന്റെ തേർവാഴ്ചയല്ല സ്ത്രീകളുടെ ലൈംഗിക സ്വാതന്ത്ര്യം. അതിനായി വേശ്യാവൃത്തി സ്വീകരിക്കുകയോ വൃത്തിയുള്ള വേശ്യാസമൂഹം കെട്ടിപ്പെടുക്കുകയോ ചെയ്യേണ്ടതില്ല. അടക്കവുമൊതുക്കവുമുള്ള ഭാര്യ വീട്ടിലും തോളുരുമ്മി നടക്കാനുള്ള സുഹൃത്ത് വീടിനു പുറത്തും ആവശ്യാനുസരണം രതി വെച്ചു വിളമ്പാൻ മാറി മാറി വേശ്യാപ്പെണ്ണുങ്ങളും ഉണ്ടായില്ലെങ്കിൽ ലൈംഗിക ദാരിദ്ര്യം കൊണ്ട് തങ്ങൾ ജീവനൊടുക്കേണ്ടി വരുമോ എന്നതാണ് ചിലർ ആശങ്കപ്പെടുന്നത്. സ്ത്രീ ശരീരത്തിൻമേൽ ആധിപത്യം ലൈസൻസോടെ സ്ഥാപിക്കാൻ വരുന്ന അധമൻമാരെ തിരിച്ചറിഞ്ഞ് സ്വാതന്ത്ര്യം നേടാനുള്ള വഴിയൊരുക്കാൻ പെണ്ണിനു കഴിയണം.

2005 സെപ്തംബർ

കോടതിവിധികൾ

കേരളത്തിലെ സ്ത്രീകളോടുള്ള വെല്ലുവിളിയാണ് കുറച്ചുകാലങ്ങളായി കേരളത്തിൽ നടന്നിട്ടുള്ള സ്ത്രീപീഡനക്കേസുകളിൽ ഉണ്ടായ വിധികൾ. സാക്ഷികളും മൊഴികളുമൊക്കെ പണാധികാരങ്ങൾക്കു വഴങ്ങുമ്പോൾ ഇരകൾക്കുമേൽ അവ ഇടിത്തീയായി വർഷിക്കുന്നു. പച്ചവെള്ളംപോലെ സത്യമായ വസ്തുതകൾ പണത്തിന്റെ ശക്തിയിൽ വിഷകാരിയാകും. കാലം ഒരിക്കലും കള്ളനാണയങ്ങളെ സ്വീകരിക്കില്ല, എന്നതും സ്ത്രീനിഷേധത്തിന് തെളിവുതന്നെയാണ്. പ്രതികരിക്കാത്ത പെണ്ണിനെ സൃഷ്ടിക്കാൻ മന്ത്രിസ്ഥാനം, എം.എൽ.എ. സ്ഥാനം മുതലായവ രാജിവെച്ചേക്കാം. ഒരു റജീനയിൽ നിന്ന് രക്ഷപ്പെടാൻ കോടികൾ ചെലവഴിച്ചേക്കും. താൻ വളർത്തിയ സംഘടനയിൽ നിന്ന് പിൻതള്ളപ്പെടാം. സ്ഥാനാർത്ഥിത്വം നഷ്ടപ്പെടാം. ഇതിനെയൊക്കെ അതിജീവിച്ചു നിൽക്കുന്ന കറുത്ത ശക്തികൾ കേരളജനതയെ ഒന്നാകെ വിഡ്ഢികളാക്കി നാണം കെട്ട് മത്സരരംഗത്തിറങ്ങുകയും തന്റെ പരിശുദ്ധിയുടെ കോണിപ്പടികൾ കയറി അഗ്നിശുദ്ധിവരുത്തി പ്രവാചകനായി മാറുന്ന ദൈവദൂതനെ മതത്തിന്റെ തീർത്ഥജലം കൊണ്ട് പുലിക്കുട്ടിയാക്കി മാറ്റുകയും ചെയ്യുമ്പോൾ കണ്ണടച്ചിരുട്ടാക്കുന്ന രാഷ്ട്രീയതന്ത്രങ്ങൾ പാളിപ്പോയേക്കാം. കേരളജനസംഖ്യയുടെ പകുതിവരുന്ന സ്ത്രീകളെ മുഖവിലക്കെടുക്കേണ്ട എന്ന നയങ്ങൾക്ക് മാറ്റം വന്നേക്കാം. ഓഷോയുടെ അഭിപ്രായം പോലെ സ്ത്രീകൾ സ്ത്രീകൾക്കുമാത്രം വോട്ടുചെയ്യുന്ന ഒരു രീതിയിലേക്ക് കേരളത്തിലെ പെണ്ണുങ്ങളെ മാറ്റിയെടുക്കാതിരുന്നാൽ അധികാരമോഹികൾക്ക് നന്ന്.

2005

പെൺവാണിഭം

ആരുഭരിച്ചാലും പെൺവാണിഭസംഘങ്ങൾ പൊട്ടിമുളച്ചുകൊണ്ടേയിരിക്കും. ഭരണവും ഇത്തരം സംഘങ്ങളുമായി എന്തുബന്ധം എന്നു ചോദിച്ചാൽ ഒന്നുമില്ല എന്നാണ് ഉത്തരം. 'ചായ കുടിക്കുന്ന'പോലെ ബലാത്സംഗങ്ങൾ നടക്കുന്ന നാടായിത്തീർന്നു നമ്മുടെയും.(ഇ.കെ. നായനാർ പറഞ്ഞത്) പ്രായമൊന്നും നേക്കേണ്ട. ജീവനുണ്ടോന്നും നോക്കേണ്ട. മിണ്ടാപ്രാണികളെയും ബുദ്ധിയുറക്കാത്തവരെയും വെറുതെവിടാറില്ല. നമ്മുടെ നാട്ടിലെ പശുക്കളും എരുമകളും വരെ ലൈംഗികമായി ഉപയോഗിക്കപ്പെട്ടുകൊണ്ടിരിക്കുന്നു. സ്വന്തം അമ്മയുടെ കൂടെയല്ലാതെ മറ്റാരുടെകൂടെയും പുറത്തിറങ്ങിക്കൂടാ എന്ന സ്ഥിതിയല്ലെ നമുക്ക്? ആരെ വിശ്വസിക്കും? ആരെ സമീപിക്കും? എന്തെങ്കിലും സംഭവിച്ച് പോലീസ് സ്റ്റേഷനിൽ ചെന്നാലോ? അവിടെയും പെൺവാണിഭ സംഘം എന്നല്ലേ കേട്ടത്? ഈ മൃഗീയതക്ക് അറുതിവരുത്തുന്ന ഒരു സംസ്കാരം കെട്ടിപ്പടുക്കാൻ നമ്മുടെ ഭരണത്തിന്നാവുമോ? 'സുന്ദര'മായ ഒരു ഭരണം വലതുപക്ഷത്തുനിന്നും തട്ടിയെടുത്ത് ഇടതുപക്ഷത്തിന് നല്കിയത് സ്ത്രീ ജനങ്ങൾ മനസ്സുവെച്ചിട്ടു കൂടിയാണ്. (അവരാരും അതു പറഞ്ഞില്ലെങ്കിലും) സ്ത്രീ നീതികൂടി ഞങ്ങൾ ഈ ഭരണത്തിൽ നിന്ന് പ്രതീക്ഷിക്കുന്നുണ്ട്. ചക്കരക്കുടത്തിൽ കൈയിടാത്തവരുണ്ടെങ്കിൽ അവർക്ക് എന്തെങ്കിലും ചെയ്യാനാവും.

2005